பிளாட்டினம் தோட்டா

திவாகர் தன் காதலியை திருமணம் செய்ய
இந்திய ரா வில் உளவாளியாக சேர்ந்தவன், தன்
காதலியின் தந்தையையே கொல்கிறான்

உன்னவன்

பொருளடக்கம்

போலீஸ் கமிஷனர் கண் முன்னால் ஒரு கொலை

சூரிய உதயம் சில நேரத்திற்கு முன்னால், சிவன் அப்பார்ட்மெண்டில் தனது நாயுடன் நடை பயிற்சியில் இருந்தார் சென்னை நகர போலீஸ் கமிஷனர், திடீரென அவரது நாய் ஒரு திசையை பார்த்தவாறு குறைத்துக் கொண்டிருந்தது அந்த நாய் அந்த திசையை நோக்கி ஓடுவதற்காக முயற்சி செய்து கொண்டு இருந்தது அதுவரை கயிறை இழுத்து பிடித்து வைத்திருந்த கமிஷனர், சரி அந்த திசையின் பக்கம் போய் பார்க்கலாம் என ஒரு அடி எடுத்து வைத்த போது அவருக்கு துப்பாக்கி வெடிக்கும் சத்தம் கேட்டது,

சற்று அதிர்ச்சியான கமிஷனர் தனது துப்பாக்கியை எடுத்துக்கொண்டு நாயைத் பின்தொடர்ந்து ஓடிக்கொண்டிருந்தார், அவருக்கு சைலன்ஸர் பொருத்தி துப்பாக்கியால் சுடப்பட்டு இருக்கிறது ஆகையால் தான் சத்தமே இவ்வளவு கம்மியாக கேட்கிறது என்று அவருடைய அனுபவத்தின் மூலம் உணர்ந்து கொண்டார்,

சில தூரம் ஓடிச் சென்றவர் தூரத்தில் பூங்காவில் மூன்று பேர் அமரக்கூடிய சிமெண்ட் நாற்காலியில் ஒருவர் கால் மேல் கால் போட்டு அமர்ந்திருப்பது தெரிந்தது தலை பின்னால் சாய்ந்தபடி இருக்க அவருக்கு எதிரில் ஒருவன் கையில் துப்பாக்கியோடு இருந்தான் உடனே கமிஷனர் நாயின் கயிறுகளை விடுவித்து அட்டாக் என கட்டளையிட அது தான் நாய் என்பதனை மறந்து புலி என சீறிப் பாய்ந்தது,

நாய் குறைத்துக் கொண்டே ஓடி வருவதை பார்த்த அந்த கொலைகாரன் பெரிதாக அலட்டிக் கொள்ளாமல் சாதாரணமாக நின்றான், அந்த நாய் கொலைகாரன் கழுத்துக்கு நேராக பாய்ந்தது

அவன் சாதாரணமாக அந்த நாயின் வாயை பிடிக்க வாயை திறக்க முடியாமல் இருந்தபோது மற்றொரு கையால் நாயின் கழுத்தை தடவி விட்டது போல இருந்தது.

சில நொடிகளில் அந்த நாயின் ஆக்ரோஷம் குறைந்து அவனுக்கு மரியாதை தரும் விதமாக அவன் காலை இரண்டு முறை சுற்றி விட்டு கால் அருகில் படுத்துக்கொண்டது, நாயின் தலையில் தட்டி கொடுத்த அந்த கொலைகாரன் ஓடிச்சென்று அங்குள்ள காம்பௌண்ட் வால் எகிறி குதித்து தப்பித்தான், சில நொடிகள் கமிஷனருக்கு என்ன நடந்தது என்றே தெரியவில்லை தனது ஆக்ரோஷமான நாய் எதனால் அவனுக்கு கட்டுப்பட்டு அமைதியாக போனது என தெரியாமல் குழம்பினார் மெதுவாக சிமெண்ட் நாற்காலியில் கால் மேல் கால் போட்டு அமர்ந்திருந்த ஆளின் அருகே சென்று பார்த்த கமிஷனர்.

கொஞ்சம் உயிர் இருக்கலாம் என சந்தேகத்திற்கு இடமில்லாமல் நெற்றி பொட்டில் துப்பாக்கி தோட்டா நுழைந்த குறி, ரத்தம் உறைந்து போய் இருந்தது இறந்த சடலத்தை பார்த்த கமிஷனர், இது ரவி, இதே அப்பார்ட்மெண்டில் தான் குடி இருக்கிறார் ரொம்ப அமைதியான ஆள் ஆச்சே, இவரை துப்பாக்கியால் சுடுகிற அளவுக்கு என்ன பிரச்சனை தெரியலையே, கமிஷனர் இருக்கிற இடத்திலேயே துப்பாக்கியால் ஒரு கொலை என வெளியே தெரிந்தால் பத்திரிக்கையில் தன்மானமே போய்விடும் என யோசித்தவர் தன் மொபைலை எடுத்து தனது ஆட்களுக்கு சில உத்தரவுகள் இட்டார்.

சில நிமிடங்களில் ரவியின் உடலை எடுத்துச் செல்ல ஆட்கள் வந்தார்கள் மற்றும் சில அதிகாரிகள் அந்த இடத்தை ஆய்வு செய்து கொண்டிருந்தனர் அவர்களை பார்த்து சில உத்தரவுகளை பிறப்பித்து விட்டு கிளம்பினார், சில மணி நேரங்கள் கழித்து ரவி வீட்டிற்குள் நுழைந்து அங்கிருந்த காவலரை அழைத்த கமிஷனர்

"ரவியோட குடும்பத்துக்கு சொல்லியாச்சா"

"சார் அவர் மொபைலில் இருந்த காண்டாக்ட் எல்லாம் செக் பண்ணியாச்சு சார் எதுவும் உபயோகமா இல்ல, மை சன், மை வைஃப், நம்பர் எல்லாம் இருக்கு அது எல்லாம் நாட் இன் யூஸ், வீடு முழுக்க தேடி விட்டோம் குடும்பம் பற்றிய தகவல் இல்லை"

"என்னய்யா இது புதுசு புதுசா சொல்றீங்க"

புலம்பி விட்டு வீட்டை சுற்றிப் பார்த்துக் கொண்டிருந்தார், கமிஷனரின் கண்களில் அந்த புகைப்படம் தென்பட்டது ரவி மாணவர்களுக்கு மத்தியில் சிரித்தபடி அமர்ந்திருந்தார் அந்தப் புகைப்படத்தில்,

'அரசு ஆண்கள் மேல்நிலைப்பள்ளி வால்பாறை 2015 2016' என்று இருக்க சற்று முகம் மலர்ந்தவர், அருகில் இருந்த காவலரை அழைத்து இந்த போட்டோவை வால்பாறை போலீஸ் ஸ்டேஷனுக்கு அனுப்பி விசாரிக்க சொல்லுங்க அப்படியே ரவி குடும்பத்தையும் கண்டுபிடிச்சி சொல்லுங்க இன்னும் அரை மணி நேரத்துல எனக்கு ரிப்போர்ட் வரணும் என்றவர் அங்கு இருந்து கிளம்பினார்

தன் மொபைலை எடுத்த கமிஷனர் பிரேத பரிசோதனை டாக்டர் விஜய்யை அழைத்தார்

"டாக்டர் ஏதாவது தகவல் இருக்கா"

"சார் இது ஒரு சாதாரணமான ஒரு கொலை வழக்கு, எதுக்கு நீங்களே இதை டைரக்ட்டா டீல் பண்றீங்க, ஒரு சப் இன்ஸ்பெக்டர் போதுமே"

"டாக்டர் என் கண்ணு முன்னாடியே இந்த கொலை நடந்திருக்கு இதற்கான காரணம் என்ன, உடனே தெரிஞ்சு அக்யூஸ்டை அரெஸ்ட் பண்ணியே ஆகணும் இல்லனா எனக்கு பெரிய அவமானம், இன்னும் இது மீடியாவுக்கு லீக் ஆகவில்லை ஒருவேளை ஆச்சுன்னா கமிஷனர் முன்னாடியே ஒரு கொலையா என்று கிழிகிழின்னு கிழிச்சு எடுத்துடுவாங்க, போஸ்ட்மார்ட்டம் ரிப்போர்ட்டில் ஏதாவது தகவல் இருக்கா"

"போஸ்ட்மார்ட்டம் முடிஞ்சா தான் என்னால தெளிவாக ஏதாவது சொல்ல முடியும் கமிஷனர் சார்"

"புரியுது டாக்டர் இறந்தவர் யார் என்று தெரியவில்லை, ஒரு தகவல் கூட கிடைக்கல, நீங்க சொல்றது வச்சு தான் இந்த கேஸை அடுத்த கட்டத்துக்கு நகர்த்த உதவியா இருக்கும்"

"என்கிட்ட இப்போதைக்கு பெருசா எந்த தகவலும் இல்லை பிரேத பரிசோதனை முடிந்தால் தான் தெளிவாக சொல்ல முடியும்"

"நான் இன்னும் ஒரு அரை மணி நேரத்தில் அங்கு வந்து விடுவேன்"

"சரி வாருங்கள், ஒரு தகவல் என்னால் சொல்ல முடியும், இறந்த ரவியின் நெற்றியில் இருந்து எடுத்த புல்லட் பிளாட்டினம் தோட்டாவால் ஆனது"

"என்ன டாக்டர் சொல்றீங்க பிளாட்டினம் தோட்டாவா இதை கேள்விப்பட்டதே இல்லையே"

"எனக்கும் குழப்பமாக தான் இருக்கிறது நீங்கள் நேரில் வாருங்கள் அதற்குள் அனைத்தும் தயாராக இருக்கும்"

சரி என்ற கமிஷனர் மருத்துவமனை நோக்கி புறப்பட்டார், மருத்துவமனை வாயிலை சேர்ந்தபோது வால்பாறை போலீஸ் ஸ்டேஷனில் இருந்து அழைப்பு வந்தது அதனை எடுத்த கமிஷனர்,

"சார் குட் மார்னிங் சார் வால்பாறை இன்ஸ்பெக்டர் பேசுறேன் சார்"

"எஸ் குட் மார்னிங் நான் சொன்ன போட்டோல இருக்க ஆள பத்தி விசாரிச்சீங்களா"

"சார் இங்கே விசாரித்ததில் அனைவரும் நல்ல விதமாகத்தான் ரவியை பற்றி சொல்கிறார்கள் ஆனால் நீங்கள் அனுப்பிய புகைப்படத்தில் உள்ளவர் உண்மையான ரவி இல்லை, இங்கு ரவி என்று இருப்பவர் 2016 ஆம் ஆண்டு ஓய்வு பெற்று அடுத்த இரண்டு மாதத்தில் உயிரிழந்து விட்டார்"

"என்னயா சொல்ற அப்ப இங்க இறந்து போனவர் யார், உண்மையான ரவி இல்லையா"

"சார் நீங்க சொல்ற அந்த இறந்து போன ரவி வால்பாறை தலைமையாசிரியர் ரவியின் அடையாளத்தை திருடி சென்னையில் வாழ்ந்து இருக்கிறார், வால்பாறை ரவிக்கு மனைவி குடும்பம் என யாரும் இல்லை, அதனால் யாருக்கும் சந்தேகம் இல்லாமல் போய்விட்டது இந்த போலியான ரவி யார் என்று முதலில் கண்டுபிடிக்க வேண்டும்" .

குருவிற்கு டெசர்ட் ஈகிள், சிஷ்யனுக்கு டெசர்ட் ஈகிள் ஜூனியர் சிறப்பு பட்டம்

செ ன்னையின் மத்திய பகுதியில் ஓர் அரசு அலுவலகம் ரா வின் கட்டுப்பாட்டில் உள்ளது.

இங்கே சமூக விரோதிகள், தீவிரவாதிகள், இந்திய பாதுகாப்பிற்கு அச்சுறுத்தலாக இருக்கும் அனைத்தும் கண்காணிக்கப்படும், தமிழ்நாட்டில் உள்ள அனைத்து தகவல் பரிமாற்றங்களும் ஒட்டு கேட்கப்படும் இது சட்டவிரோதம் என்றாலும், நாட்டின் பாதுகாப்பிற்காக எதுவும் தவறில்லை.

இங்கு சில வார்த்தைகள் பதிவு செய்து வைத்திருப்பார்கள், துப்பாக்கி, வெடிகுண்டு, போதைப்பொருள் சம்பந்தப்பட்ட பலவும் அடங்கும் இது போன்ற ஆபத்தான முக்கியமான வார்த்தைகள் பேசப்படும்.

சில நேரங்களில் ரா உளவாளிகள் அவசர காலத்தில் ரகசிய வார்த்தையை கூறினால் அதற்கு ஏற்ற நடவடிக்கைகள் எடுக்கப்படும்.

அதுமட்டும் இல்லாமல் அங்கு நிறைய விளக்குகள் இருந்தன பேசப்படும் ஆபத்தான பேச்சை பொருத்து அந்த விளக்கு பளிச்சிடும் அதில் ஒரு ஊதா விளக்கு ஒன்று இருந்தது மிக மிக முக்கியமான அல்லது ஆபத்தான விஷயம் என்றால் அந்த ஊதா விளக்கு எரியும்.

இதுவரை அந்த விளக்கு எரிந்ததே இல்லை, ஆனால் சிறிது நேரத்திற்கு எல்லாம் அங்கு நிலைமை தலைகீழானது, மிக மிக ஆபத்தான அல்லது கவனிக்கப்பட வேண்டியது போல அலறியது.

அந்த ஊதா விளக்கு விட்டு விட்டு கண்ணடித்தது, இதுவரை அமைதியாக இருந்த இடம் பரபரப்பானது

ஊதா விளக்கு எரியும் காரணத்தை பார்த்தால் அந்த கணினியின் திரை பிளாட்டினம் தோட்டா என காட்டியது, உடனே அந்த அதிகாரி அந்த கைபேசியின் உரையாடலை பதிவு செய்து தமிழ்நாடு ரா வின் தலைவர் வசந்திடம் கொடுத்தார், இது சென்னை போலீஸ் கமிஷனர் மற்றும் டாக்டர் விஜய்க்கு இடையே நடந்த உரையாடல் ஆகும் .

அந்த உரையாடலை கேட்ட வசந்த்

பிளாட்டினம் தோட்டா என்றால் அது இந்திய உளவாளியான திவாகரிடம் மட்டுமே உள்ளது இது முழுவதுமாக உருவாக்கப்பட்ட பிளாட்டினம் துப்பாக்கி,

திவாகர் மற்றும் அவரின் குருவான வெங்கடாசலம் இருவரும் எகிப்திய நாட்டில் ஒரு உளவு வேலைக்காக சென்றனர், அங்கு அமெரிக்காவின் சி ஐ ஏ அமைப்பு எகிப்தில் புதிதாக எண்ணெய் வளங்கள் இருப்பதை அறிந்து தம் கட்டுப்பாட்டில் கொண்டு வர நினைத்தது, அந்த நாட்டில் கலகங்கள் கலவரங்கள் உருவாக்க திட்டமிட்டனர்

அங்கு சி ஐ ஏ உதவியுடன் போலியான புரட்சி குழு உருவானது, அந்த நாட்டின் ஆட்சியை கவிழ்த்து தனக்கு சாதகமான ஆட்களை ஆட்சிக் கட்டிலில் அமர வைக்க முயற்சி நடந்தது,

ரஷ்யா இதுவரை தன் வேலையை மட்டுமே பார்த்து வந்தது ஆனால் சி ஐ ஏ அமைப்பு ரஷ்ய எல்லை நாடுகளை தங்கள் வசம் திருப்பும் முயற்சியை ரஷ்யா கண்டுபிடித்தது, இதன் காரணத்தினால் ஒரு எல்லை நாடுடன் போர் சூழல் உருவானது ரஷ்யாவுடன் நட்பிலிருந்து எகிப்து நாட்டை காப்பாற்ற இந்தியாவுடன் கைகோர்த்த ரஷ்யா இரு உளவாளிகளை இந்தியாவில் இருந்து எகிப்திய நாட்டிற்கு அனுப்பினார்கள்,

அது திவாகர் மற்றும் வெங்கடாசலம், இருவரும் சென்று சில நாட்களிலேயே போலியான புரட்சிப்படை நிலை ஆபத்தானது, மக்களுக்கு அதன் மீது வெறுப்பு உருவானது இன்னும் ஒரு வாரம் சி ஐ ஏ வின் திட்டம் முழுசும் தோல்விக்கு செல்ல

இருந்தது, அனைத்து திட்டத்தையும் திவாகர், வெங்கடாச்சலம் முறியடித்தனர் ஓர் இந்திய உளவாளியின் துரோகத்தால் இருவரும் மாட்டிக்கொண்டனர்,

இருவரையும் எகிப்திய நாட்டின் பாலைவனத்தின் நடுவில் விட்டு சென்று விட்டனர், இருவரும் உயிர் பிழைக்க வாய்ப்பே இல்லை எந்த பக்கம் நடந்தாலும் 100 கிலோமீட்டர் ஆவது நடக்க வேண்டும், பாலைவனத்தில் நடந்து மிக தூரம் சென்றாலும் முடியாத காரியம் சாவு என்பது உறுதி, தண்ணீர் இல்லாமல் உணவு இல்லாமல் அதிகமான வெப்பம் இது கொடூரமான சாவாகத்தான் இருக்கும் ஆனாலும் நடந்தது வேறு,

ஒரே வாரத்தில் இருவரும் மீண்டும் எகிப்தில் நுழைந்தனர் நிலைமை கைமாறியது தங்களை காட்டிக் கொடுத்த உளவாளி கொல்லப்பட்டான் போலியான புரட்சி படையை முழுவதுமாக அழித்தனர் எகிப்து நாடு அனைத்து சிக்கலில் இருந்தும் மீண்டது,

சி ஐ ஏ வில் இருந்த ஆறு பேர் கொண்ட குழு மாயமானார்கள், பத்து நாட்கள் கழித்து அதே பாலைவனத்தில் கண்டுபிடித்தனர் இரண்டு பேர் மட்டுமே இருந்தார்கள் மனித மாமிசம் உண்ணும் மிருகமாக மாறி இருந்தார்கள் தங்களை காப்பாற்ற வந்த ஆட்களையே கொல்லப்போக இரண்டு பேரையும் சுட்டுக் கொன்றார்கள் சி ஐ ஏ அமைப்பினர்,

திவாகர் மற்றும் வெங்கடாசலம் வீர செயல்களை பார்த்து வியந்தனர் மிகவும் ஆபத்தான பாலைவனத்தைக் கடந்தவர்கள் என்றதால் இருவருக்கும் சிறப்பு பட்டமளிக்கப்பட்டது,

வெங்கடாசலம் டெசர்ட் ஈகிள் என அழைக்கப்பட்டு அவருக்குத்தான் முழுவதுமாக உருவாக்கப்பட்ட பிளாட்டினம் துப்பாக்கி தரப்பட்டது,

டெசர்ட் ஈகிள் ஜூனியர் என அழைக்கப்பட்டு திவாகருக்கு ஒரு துப்பாக்கித் தரப்பட்டது அது மற்ற துப்பாக்கியை விட தனித்தன்மையாக உருவாக்கப்பட்டது அந்த துப்பாக்கி சிறிய சினைப்பர் எனவும் கூறலாம்,

வெங்கடாசலம் 5 வருடங்களுக்கு முன்னர் பணி ஓய்வு பெற்றார், விட்னஸ் ப்ரொடெக்ஷன் ப்ரோக்ராம் மூலமாக அவர் அடையாளத்தை மாற்றி அவர் எங்கு சென்றார் என எவருக்கும்

தெரியாது, எந்த புதிய அடையாளத்திற்கு மாறினார் என்ற தகவலும் இல்லை ஏனென்றால் அதை அவரே தான் செய்தார்,

தன் ஓய்வு காலத்தை நிம்மதியாக கழிக்க வேண்டும் எனவும் தன் புதிய அடையாளம் தெரிந்தால் தன்னைத் தேடி வர வாய்ப்பு உள்ளது என மறுத்துவிட்டார், எனவே அவரே அவருக்கு விருப்பமான அடையாளத்தை மாற்றிக் கொண்டு அதனை கண்டுபிடிக்காத வகையில் கணினியில் மாற்றம் செய்து வைத்தார் வெங்கடாசலத்தின் சிறப்பான சேவைக்காக இந்த சலுகை தரப்பட்டது,

அவர் தான் எனக்குப் பிறகு டெசர்ட் இகல் பிளாட்டினம் துப்பாக்கி திவாகரை சேரும் என சொல்லி இருந்தார்,

வெங்கடாசலம் ஓய்வு பெற்ற ஒரு வருடத்தில், திவாகர் அமெரிக்காவில் உளவு பார்க்க சென்றபோது மீண்டும் ஒரு துரோகத்தினால் கைது செய்யப்பட்டான், நாலு வருடங்களாக சிறையில் இருந்தவன், ஆறு மாதத்திற்கு முன்னால் அமெரிக்கசிறையில் இருந்து தப்பியதாக செய்தி வந்தது பிளாட்டினம் துப்பாக்கி இந்த இருவரை தவிர யாரிடமும் இருக்க வாய்ப்பில்லை இந்த இருவரில் யாரோ தான் கொலை செய்திருக்க வேண்டும்,

அப்போது இறந்தவர் யாராக இருக்கும் அவரை இருவரில் ஒருவர் ஏன் கொன்றார்கள் என யோசித்தார் வசந்த்,

தன் கீழ் பணிபுரியும் அதிகாரிகளை அழைத்து நம் ஆட்களை தயார் செய்யுங்கள் உடனே செல்ல வேண்டும் அந்த ரவி கொலை வழக்கு முழுவதுமாக நம் கட்டுப்பாட்டில் வரவேண்டும் என்று புறப்பட்டனர்.

குருவை கொன்ற சிஷ்யன் (டெசர்ட் ஈகில் ஜூனியர்)

மருத்துவமனைக்கு வந்த போலீஸ் கமிஷனர் நேராக டாக்டரின் அறையை நோக்கி சென்றார் டாக்டர் விஜய் கமிஷனருக்காக காத்திருந்தார், என்ன கமிஷனர் சார் இவ்வளவு சீக்கிரம் வந்துட்டீங்க,

"ஏதாவது நல்ல செய்தி சொல்லுங்க டாக்டர்" என்ற கமிஷனரை பார்த்த டாக்டர்

"சாரி சார் இந்த கேஸ் உங்களுக்கு அவ்வளவு சுலபமாக முடியும் என்று தோணவில்லை"

அங்கு ஒரு மேசையில் ரவியின் உடலை கவனித்த கமிஷனர்

"என்ன டாக்டர் இது காய்கறி வெட்டும் கட்டை போல இவரது உடம்பில் இத்தனை தழும்புகள் இருக்கிறது"

"இவரது உடலில் 18 துப்பாக்கி குண்டு துளைத்த தழும்புகள் உள்ளது, மேலும் 20 இடங்களில் வெட்டுக்காயம் இருக்கிறது,

10 இடங்களில் உள்ள வெட்டுக்காயம் 15 தையல்களுக்கு மேல் போடப்பட்டதாக இருக்கும் இரண்டு இடங்களில் பிளேட் வைத்துள்ளனர்"

"என்ன டாக்டர் இப்படி சொல்றீங்க 18 துப்பாக்கி குண்டு வாங்கியுமா இந்த மனிதர் உயிரோடு இருக்கிறார் ?"

"இது அனைத்தும் வெவ்வேறு காலகட்டங்களில் நடந்திருக்க வேண்டும்"

இவர் ராணுவத்தை சேர்ந்த ஆளாக இருக்கலாம் இல்லையென்றால் அதற்கு எதிரானவராகவோ மிகப்பெரிய கேங்ஸ்டர் கூட்டத்தின் ஆளாக இருக்கலாம்"

"அது என்ன டாக்டர் பாடி சிரிச்ச முகமாக இருக்கிற மாதிரி தெரியுது"

"தலையில் சுட்ட தோட்டாவை ஆராய்ந்து பார்த்ததில் இவரை அருகில் இருந்து தான் சுட்டிருக்க வேண்டும், இவரை சுட்டவன் இவருக்கு முன்னால் தலைக்கு அருகில் துப்பாக்கியை வைத்து சுட்டு இருக்கிறான், இதற்கு காரணம் ஒன்றாக மட்டும் தான் இருக்க முடியும் தான் சாகப் போகிறோம் என தெரிந்து இருக்கலாம் அவரின் விருப்பமாக இருக்கலாம், பிளாட்டினம் தோட்டா மூலம் இவரது மரணம் நிகழ்ந்திருக்கிறது,

ஒருவேளை இவர் ராணுவ சம்பந்தப்பட்ட ஆளாக இருந்தால், பிளாட்டினம் என்பது விலை உயர்ந்த ஒரு பொருள் அந்த பிளாட்டினத்தாலான துப்பாக்கியால் சாவதே ஒரு பெருமையாகவும் அவர் கருதி இருக்கலாம் அவரை கொன்றவர் அவருக்கு தெரிந்த ஆளாக இருக்க வாய்ப்பிருக்கிறது அது மட்டும் இல்லாமல் 65 வயதை கடந்த ஒருவருக்கு இதை விட வேறென்ன பெருமை இருக்கப் போகிறது, இன்னும் சில வருடங்களில் நோய்வாய்ப்பட்டு இறப்பதற்கு இது சிறப்பான மரணம் தானே" என்ற டாக்டரை பார்த்த போலீஸ் கமிஷனர்

"வேறு ஏதேனும் தகவல் இருக்கிறதா டாக்டர்"

"அவரது உடைமையிலிருந்து இரண்டு தோட்டாக்கள் கிடைத்துள்ளது"

"அப்போது இன்னும் இரண்டு கொலை நடக்க உள்ளதா இதுவும் பிளாட்டினம் தோட்டாவா"

"இல்லை சார் இந்த இரண்டு தோட்டாக்களும் சாதாரண துப்பாக்கி தான் ஆனால் அது டெசர்ட் ஈகள் என்னும் துப்பாக்கி வகையை சேர்ந்தது ஆகும், அந்த இரு தோட்டாக்களிலும் இரு பெயர்கள் பொறிக்கப்பட்டுள்ளது"

"அதில் பெயர் உள்ளதா என்ன பெயர்கள், இது என்ன பெயரை சொல்லி கொலை செய்யப் போவதாக சொல்கிறான் ஆனால்

ஏன் பிளாட்டினம் தோட்டா இல்லாமல் சாதாரண துப்பாக்கியின் தோட்டா, அதில் பொறிக்கப்பட்டுள்ள பெயர்கள் என்ன"

"மனோஜ் மற்றும் ராகேஷ் பிளாட்டினம் தோட்டாவால் நிகழ்ந்த மரணம் பெருமைக்குரியதாக கணக்கில் எடுத்துக் கொண்டால் இரண்டு பெயர் பொறித்த தோட்டாக்கள் உள்ள நபர்கள் கொல்லப்பட்டால் அவர்கள் பெருமைக்குரிய நபர்கள் இல்லை என்று சொல்லலாம்"

"நீங்கள் சொல்வது நூறு சதவீதம் சரியாக தான் இருக்கிறது கொலை நடந்த போது நானும் அருகில் தான் இருந்தேன் ஆனால் முகத்தை பார்க்க முடியவில்லை, எனக்கு புரியாதது என்று என்னவென்றால் எனது நாயை விட்டு கொலைகாரனை பிடிக்க முயற்சி செய்ய ஆக்ரோஷமாக சென்ற நாயின் வாயை பிடித்து கழுத்தில் தடவி விட்டான், நாய் அடிமை போல கொலைகாரனின் காலில் படுத்துக்கொண்டது ஏனென்று புரியவில்லை"

என்ற கமிஷனரை பார்த்த டாக்டர் "பொதுவாக மிருகங்கள் ஐந்து அறிவு ஜீவன் நீங்கள் தூரத்தில் இருந்து பார்த்ததால் அவர் கழுத்தை தடவி விட்டது போல இருந்திருக்கலாம் ஆனால் இந்த கொலைகாரன் ஒரு வித வர்மத்தை பயன்படுத்தி இருக்கிறான் அதன் காரணமாக அந்த நாய் கோபம் குறைந்து அவனுக்கு கட்டுப்பட்டு அடங்கி விட்டது

கதவு தட்டப்படும் ஒலி கேட்டது வாசலில் ஒரு நபர் நின்று கொண்டு இருந்தார்

"உள்ளே வாங்க" என்றார் டாக்டர்

"ஹலோ சார் ஐ அம் திவாகர் சீனியர் கேப்டன் பீல்டு ஏஜென்ட் ரா"

கமிஷனரின் மொபைல் மணி அடித்தது சி எம் சீஃப் செகரட்டரி அழைத்தார்

"கமிஷனர் சார் சி எம் செக்ரட்டரி பேசுறேன் சிவன் குடியிருப்பு கொலை வழக்கு ரா எடுத்துக் கொள்கிறது, ரா ஆட்கள் வருவார்கள் அனைத்து தகவல்களையும் கொடுத்து விடுங்கள்"

"எஸ் மேடம்" இணைப்பு துண்டிக்கப்பட்டது

"இந்த கேஸ் இப்போதிலிருந்து ரா கட்டுப்பாட்டில் போகிறது" டாக்டரை பார்த்தவாறு கமிஷனர் சொன்னார்

திவாகரிடம் அனைத்து ஆவணங்களும் ஒப்படைக்கப்பட்டது அனைத்தையும் பார்த்த திவாகர் இரண்டு பெயர் பொறித்த தோட்டாக்களை தன் சட்டைப் பையில் வைத்துக் கொண்டான்

"உங்கள் உதவிக்கு நன்றி எங்கள் ஆட்கள் வருவார்கள் பாடியை எடுத்துக் கொள்வார்கள் என்று கூறிவிட்டு ஆவணங்களை டாக்டரிடம் கொடுத்துவிட்டு கிளம்பினான்"

திவாகர் நடந்து சென்று படிக்கட்டு இறங்க திரும்பினால் வசந்த் வருவது தெரிந்தது அப்படியே மேலே ஓர் ஐந்து படிக்கட்டுகள் ஏறி நின்று கொண்டான், வசந்த் அவருடைய ஆட்களுடன் டாக்டரை நோக்கி சென்றார்கள்,

வசந்த் மற்றும் அவருடைய ஆட்கள் தன்னை தாண்டி சென்றதை சிரிப்புடன் பார்த்துக் கொண்டு திவாகர் அங்கிருந்து சென்றான்

டாக்டர் அறையில் நுழைந்த வசந்த் தான் ரா வில் பணி செய்பவர் என அறிமுகம் செய்து கொண்டார் அனைத்து ஆவணங்களும் வசந்திடம் கொடுக்கப்பட்டது

"வேறு ஏதாவது இருக்கிறதா"

"வேறு ஏதும் இல்லை அந்த இரண்டு தோட்டக்களை உங்கள் ரா ஆபிசர் எடுத்துக்கொண்டார்"

வசந்த் அதிர்ச்சியானார்

"டாக்டர் என்ன சொல்றீங்க எங்க ஆபீஸரா நாங்களே இப்பதான் வருகிறோம்"

"என்ன சொல்றீங்க சார் ஐடி காட்டினார் சீனியர் கேப்டன் பீல்ட் ஏஜென்ட் ரா என்று இருந்தது, அவருடைய பெயர் கூட திவாகர்"

வசந்த் மற்றும் அவருடைய ஆட்களுக்கு தூக்கி வாரி போட்டது வசந்த் அவர்களுக்கு சைகை காட்ட நான்கு பேர் பிரிந்து வேகமாக வெளியே சென்றனர்,

வசந்த் ஒரு குழப்பத்தோடு அந்தத் தோட்டாவில் யாருடைய பெயர் உள்ளது என ஆவணங்களில் பார்த்தார் அது ராகேஷ் மற்றும் மனோஜ்

மனோஜ் இந்திய ரா வின் துணைத் தலைவர், ராகேஷ் ஒரு ஆராய்ச்சியாளர் இந்தியாவின் ஆராய்ச்சியில் சம்பந்தப்பட்டவர்,

இவர்கள் இருவரையும் கொள்ளப் போகிறானா என யோசித்தார் தன்னுடைய ஆள் ஒருவர் சத்தமாக," இங்க வந்து பாருங்க சார்",

அந்த ஆள் ரவியின் பாடி பக்கத்தில் தான் இருந்தான் என்னவென்று பார்த்த வசந்த் மிகப்பெரிய அதிர்ச்சியின் பிடியில் இருந்தார்,

அங்கு பிணமாக இருப்பது டெசர்ட் ஈகிள் வெங்கடாசலம் தன் குருவையே கொன்று விட்டான் திவாகர் டெசர்ட் ஈகிள் ஜூனியர் கத்தினார் வசந்த்,

ஐந்து நொடியில் மரணத்தை பரிசளித்த திவாகர்

தன் நிதானத்திற்கு வந்த வசந்த் டாக்டர், போலீஸ் கமிஷனர் இருவரையும் பார்த்து

"இனி இந்த வழக்கை பற்றி நீங்கள் யாரிடமும் பேசக்கூடாது, தனி ஆர்வம் கொண்டு இதை விசாரிக்க கூடாது அப்படி ஏதேனும் நடந்தால் இந்திய பாதுகாப்பிற்கு பங்கம் விளையவித்த காரணத்திற்காக சிறை செல்ல நேரிடும்"

பதிலுக்கு காத்திராமல் கிளம்பிய வசந்தின் பின்னால் சென்ற கமிஷனர் "வசந்த் ஒரு நிமிஷம்"

திரும்பிப் பார்த்த வசந்தை பார்த்த கமிஷனர் "நீங்க சொல்ல வர்றது எனக்கு நல்லா புரியுது ஆனா நான் சிட்டி கமிஷனர் என் கண்ணு முன்னாடியே ஒரு கொலை நடந்திருக்கு அதை பத்தின அப்டேட் எனக்கு தெரியலனா எப்படி, நான் ஒரு ஐ பி எஸ் என்பதை மறந்து பேசுறீங்க நினைக்கிறேன், யார் அந்த திவாகர் என் முன்னாடி ஒரு கொலையை பண்ணிட்டு அவனால தப்பிக்க முடியாது"

"கமிஷனர் சார் நீங்க நினைக்கிற மாதிரி திவாகர் சாதாரண ஆள் இல்லை அமெரிக்க சிறையில் இருந்து அவன் தப்பிச்சு வந்தவன், திவாகரை பற்றி அதிகம் பேசாமல் இருப்பது தான் நல்லது, உங்களுக்கு தெரியப்படுத்தும் அதிகாரம் என்னிடத்தில் இல்லை,

என்னுடைய மேலதிகாரியை கலந்து பேசிவிட்டு இந்த கொலை வழக்கை பற்றிய தகவல்களை தருகிறேன் ஆனால் அது உங்களுடன் மட்டுமே இருக்க வேண்டும் இதைப் பற்றிய தகவல்கள் வெளியே தெரிந்தால் உங்களுக்கு தான் மிகவும்

ஆபத்தாகவும் முடியும் என்பதை எச்சரிக்கையுடன் தெரிவித்துக் கொள்கிறேன்"

என்று அங்கிருந்து கிளம்பிய வசந்த் திவாகரை பின்தொடரும் தன் ஆட்களை அழைத்தார்

"அங்க என்ன நிலவரம்"

"∴பாலோ பண்ணிக் கொண்டிருக்கிறோம் சிறிது நேரத்தில் பிடித்து விடுவோம்"

"சரி விட்டு விடாதீர்கள் நான் வந்து கொண்டிருக்கிறேன்"

இணைப்பைத் துண்டித்து விட்டு மற்றொரு நபரை அழைத்தார் மறுமுனையில் பேசியவர் மனோஜ் இணைத் தலைவர் இந்தியன் ரா

"பிளாட்டினம் தோட்டாவால் பாலைவனக்கழுகு மடிந்தது அதற்கு காரணமான இளைய பாலைவன கழுகு சிங்கார தோப்பை வட்டமிடுகிறது வேடர்கள் தொடர்ந்து செல்கிறார்கள்"

மனோஜ்க்கு தெளிவாக புரிந்தது டெசர்ட் ஈகிள் வெங்கடாசலம் இறந்து விட்டார் அவரை கொன்றது டெசர்ட் ஈகிள் ஜூனியர் திவாகர், அவன் சென்னையில் தான் இப்போது இருக்கிறான் அமெரிக்க சிறையில் இருந்து தப்பியவன் இந்தியா வந்து விட்டான் போல,

"வேறு ஏதாவது தகவல் உண்டா"

மனோஜ் மற்றும் ராகேஷ் பெயர் பொறித்த தோட்டா திவாகரிடம் போனது, திவாகரை பின் தொடர்ந்து நம் ஆட்கள் செல்வது பற்றியும் வசந்த் கூறினார்

மனோஜ்க்கு அதிர்ச்சியில் வியர்க்கத் தொடங்கிவிட்டது, தான் கொல்ல போகும் நபர்களின் பெயர்களை தோட்டாவில் பொரித்து அதை அந்த நபர்களுக்கும் அனுப்பி வைப்பான் அதை பாதுகாத்துக் கொள்வது அவர்களது திறமை,

தோட்டாவை பாதுகாக்க தவறினால் திவாகரிடமிருந்து அந்த தோட்டா திருடப்படும் அவர்கள் பெயர் பொறித்த தோட்டாவால் அவர்கள் கொல்லப்படுவார்கள்,

திவாகர் முதலில் பெயர் பொறித்துக் கொன்றது எகிப்து நாட்டில், முதல் வேலைக்கு வெங்கடாசலம் திவாகர் சென்றார்கள் அவர்களுக்கு நடந்த துரோகத்தினால் எகிப்திய பாலைவனத்தில் நடுவே மாட்டிக் கொண்டார்கள், ஆனால் அதிலிருந்து தப்பினார்கள், திரும்பி வந்தவர்கள் தங்களை காட்டிக் கொடுத்த துரோகியை தேட, சி ஐ ஏ அந்த துரோகியின் பாதுகாப்பை உறுதி செய்து ஸ்காட்லாண்டில், சி ஐ ஏ மற்றும் ஸ்காட்லாந்து ரகசிய அமைப்பின் பாதுகாப்பில் இருந்தான்,

எகிப்து நாட்டில் ஒரு சி ஐ ஏ உளவாளியை கொன்று அவனிடம் இந்திய துரோகியின் பெயர் பொறித்த தோட்டாவை விட்டு சென்றார்கள்,

தோட்டா திவாகர் கைவசம் வந்தது ஸ்காட்லாண்டில் வைத்தே அந்த துரோகியை கொன்றான் திவாகர், ரா வில் சேர்ந்த தொடக்கத்திலேயே மிகப்பெரிய சாதனை செய்தான் திவாகர், ஸ்காட்லாந்து, சி ஐ ஏ இரு மிகப்பெரிய சக்திகளின் பாதுகாப்பில் இருந்த ஒருவன் அவன் பெயர் பொறித்த தோட்டாவை அனுப்பி அதை அவர்களிடமிருந்து திருடி அந்த துரோகியை கொன்றான், ஸ்காட்லாந்து ரகசிய அமைப்பிற்கும், சி ஐ ஏ விற்கும் எப்படி தங்கள் பாதுகாப்பில் இருந்த ஒரு நபர் கொல்லப்பட்டான் என ஒரு விபரம் கூட தெரியவில்லை,

உடன் வெங்கடாசலம் இருந்தார் பல வருடங்கள் சென்றதில் வெங்கடாசலத்தின் பயிற்சியில் அவருடைய செல்லப் பிள்ளையாக கற்றுத் தேறி விட்டான், இப்போது அவனே வெங்கடாஜலத்தை கொன்று விட்டான் என்றால் தான் செய்தது எல்லாம் தெரிந்து விட்டது என புரிந்தது,

இவை அனைத்தும் மின்னல் போல் ஒரு நொடியில் நினைவில் வந்து சென்றது எதிர் முனையில் சில வினாடிகள் அமைதி நிலவியதை கவனித்த வசந்த்

"ஒன்னும் கவலை இல்லை சார், திவாகரை இன்னும் கொஞ்ச நேரத்தில் பிடித்து விடுவார்கள்"

"வசந்த் நான் சென்னையில் தான் இருக்கிறேன் திவாகரை உங்களால் பிடிக்க முடியாது"

எனும் வார்த்தை முடிக்கும் முன்னர் எதிர்முனை அமைதியானது சார் சார் எனக்கு கேட்டுக் கொண்டே இருந்தார் வசந்த்,

திவாகரை பின் தொடர்ந்து சென்ற ஆட்களில் ஒருவன் மனோஜ் கைபேசியை எடுத்து பேசினார்

"என்ன நடக்குது அங்க"

"மனோஜ் இறந்துவிட்டார் திவாகரால் சுடப்பட்டார்"

"எப்படி இது நடந்தது நீங்கள் ஆறு பேர் என்ன செய்து கொண்டு இருந்தீர்கள்"

கத்தினார் வசந்த்

"சார் திவாகரை பின் தொடர்ந்து வந்தோம் திடீரென அதிவேகத்தில் சென்ற அந்த கார் ஒரு நட்சத்திர ஹோட்டலில் நுழைந்தது சில நொடிகளில் வெளியே சீறிப்பாய்ந்து சென்றுவிட்டது சந்தேகத்தில் உள்ளே வந்து பார்த்தபோதும் மனோஜ் இறந்து கிடந்தார்"

சிசிடிவி பதிவுகளை கேட்ட வசந்த், சில நிமிடங்களில் அவருடைய மொபைலுக்கு வந்தது அதில் நுழைவாயிலில் ஒரு கார் வேகமாக வந்தது காரை ஓட்டிய நபர் துப்பாக்கியால் சுட்டான் அப்படியே அந்த கார் வெளியே சென்று விட்டது, அங்கிருந்த ஐந்து சிசிடிவி பதிவுகளில் ஒரு சி சி டிவி கேமராவில் திவாகர் சிரித்தபடி போஸ் கொடுத்து இருந்தான்

அந்த காட்சியில் கார் உள்ளே வந்த போது 40 நொடி, கார் வெளியே சென்ற போது 45 நொடி பதிவு இருந்தது ஐந்து நொடிகளில் ஒரு மரணத்தை கொடுத்தவன் ஒரு புகைப்படத்திற்கு சிரித்தபடி போஸ் கொடுத்துவிட்டு சென்றுவிட்டான் திவாகர்,

திவாகரின் பார்வையை கண்ட வசந்த் என்னை பிடிக்க முடியும் என உன் கனவில் கூட நினைத்து விடாதே ஏளனமாக சொல்வது போல் இருந்தது.

சயின்டிஸ்ட் ராகேஷ் என்ற துரோகியின் மரண வாக்குமூலம்

மும்பை தானே என்னும் பகுதி ரா அலுவலகம், அதன் தலைவர் சதீஷ் தன் லேப்டாப்பில் ஒருவரின் மரண வாக்குமூலத்தை பார்த்துக் கொண்டிருந்தார்,

"எனது பெயர் ராகேஷ் நான் சயின்டிஸ்ட் ரமேஷ் முனுசாமியிடம் உதவியாளராக பணி புரிகிறேன், சில வருடங்களாக நாங்கள் செய்து வந்த ஆராய்ச்சி வெற்றியடைந்தது இது எந்த தேசத்திடம் இருக்கிறதோ அதுவே ராணுவத்தில் முதல் நாடாக இருக்கும்,

மத்த எந்த நாடுகளும் இந்திய ராணுவத்தை எதிர்க்கும் எண்ணமே எழாமல் போகும் அப்படி ஒரு கண்டுபிடிப்பு, இதனை எங்களுடன் பணிபுரியும் முதன்மை சயின்டிஸ்ட் ரமேஷ் முனுசாமி என்பவர் கண்டுபிடித்தார் அவருக்கு நாங்கள் துணையாக இருந்தோம் அந்த மருத்துவ குறிப்பை ஒரு பென்டிரைவில் மாற்றினார்,

அந்தப் பென்டிரைவிற்கு நகல் இல்லை இது சி ஐ ஏ அமைப்பிற்கு வேண்டுமென எனக்கு ஆணை வந்தது, நான் மற்றும் மனோஜ் சி ஐ ஏ அமைப்பிற்கு உளவாளியாக இருந்து வருகிறோம் நாங்கள், ரமேஷ் முனுசாமி வீட்டிற்கு சென்று அவரிடம் விசாரித்ததில் அந்தப் பென்டிரைவ் அவரிடம் இல்லை ரமேஷ் எவ்வளவு அடி வாங்கியும் சொல்வதாக இல்லை,

ஒரு கட்டத்தில் அவர் இறந்துவிட்டார் நாங்கள் வருகிறோம் எனத் தெரிந்து விஷம் குடித்து விட்டார் போல இப்போது அந்த மருத்துவ குறிப்பு அந்தப் பென்டிரைவில் மட்டுமே உள்ளது அங்கிருந்து தடயங்களை வைத்து தமிழ்நாட்டிற்கு அனுப்பப்பட்டது தெரிந்தது

நாங்கள் இரண்டு நாட்கள் தேடி சிவன் குடியிருப்பை கண்டுபிடித்தோம் அங்கு ரவி என்பவரிடம் அந்த பெண்டிரைவ் இருப்பது தெரிந்தது, அங்கு விசாரித்ததில் அவர் தினமும் காலையில் நடை பயிற்சி செல்வார், அப்போது விசாரிக்கலாம் என விடியற்காலையில் காத்திருந்தோம்

அங்கு ரவி தூரத்தில் ஒரு பூங்காவில் உட்கார்ந்து இருந்தார் எதிரில் ஒருவன் நின்று பேசிக் கொண்டிருந்தான் சில நிமிடங்களில் தன் கையில் இருந்த துப்பாக்கியில் சைலன்சரை பொருத்தி அவரை சுட்டான் பின்னர் அவருக்கு சல்யூட் வைத்து புறப்பட்டு சென்றான்,

சிறிது நேரத்தில் அங்கே போலீசார் வந்து விட்டனர் அதில் ஒரு போலீசின் உதவி உடன் ரவி அருகில் சென்ற போது பெரிய அதிர்ச்சி அடைந்தோம்,நெற்றியில் துப்பாக்கி தோட்டா பாய்ந்த நிலையில் ரவி என்ற அடையாளத்தில் டெசர்ட் ஈகிள் வெங்கடாசலம் பிணமாக இருந்தார், ஐந்து வருடங்களுக்கு முன்னால் பணி ஓய்வு பெற்று சென்றவர் இந்த ஆராய்ச்சியின் அரனாக நிற்கிறார், வெங்கடாசலம் இறந்துவிட்டார் அவர் பாதியில் விட்டது கண்டிப்பாக டெசர்ட் ஈகிள் ஜூனியர் திவாகர் மூலமாக தான் தொடரும்,

நான் மட்டும் மும்பை திரும்பி விட்டேன் பிறகு தான் தெரியவந்தது வெங்கடாசலத்தை கொன்றது திவாகர், பின்னர் அவன் மனோஜை கொன்று விட்டான் கண்டிப்பாக எனது மரணமும் நிகழும் என தெரியும், சி ஐ ஏ உதவியுடன் நாட்டை விட்டு தப்பிக்கலாம் என முடிவு செய்து எங்களுக்காக ஒரு தனி விமானம் தயாராக இருந்தது என் மனைவியும் மகளுக்காக காத்திருந்தேன்,

அப்போது என் மனைவியும் மகளும் ஒரு காரில் வந்து இறங்கினார்கள் என் மகளின் கை உடைந்து இருந்தது, என்னவென்று விசாரித்த போது ஒரு விபத்தில் மாட்டியதாகவும் காப்பாற்றியவன் பின்னர் என் மகளின் கையை உடைத்து விட்டான் ஒரு கைபேசியையும் கொடுத்துப் போனதாக சொன்னார்கள் அந்நேரம் கைப்பேசி மணி அடித்தது,

மறுமுனையில் பேசியது திவாகர் "ராகேஷ் நீ சாகப்போவது உறுதி, இந்தியனாக உயிர்விடுகிறாயா அல்லது தேசத்

துரோகியாக உயிர் விடுகிறாயா?, தேசத்துரோகியாக தான் உயிர் விடுவேன் என்றால் இதில் உன் குடும்பமும் இணைவார்கள்

சி ஐ ஏ காப்பாற்றும் என மலைபோல் நம்பிக்கை இருந்தால் அதனை மாற்றிக் கொள்வது நல்லது, நீ அந்த விமானத்தில் ஏற வேண்டாம் அனுப்பிவிடு புறப்பட்ட இரண்டு நிமிடத்தில் உனக்கு ஒரு வான வேடிக்கை காத்திருக்கிறது பிறகு முடிவு செய்து கொள்" என்ற திவாகரின் இணைப்பு துண்டிக்கப்பட்டது

விமானத்தில் ஏற அழைத்தார்கள் நாங்கள் வரவில்லை என மறுத்து விட்டோம் விமானம் புறப்பட்டது இரண்டாவது நிமிடம் தூரத்தில் பறந்த அந்த விமானம் வெடித்து சிதறியது எதிரிகளின் ஆசை வார்த்தைகளில் மயங்கி நான் என் சொந்த நாட்டிற்கு துரோகம் செய்தேன் சாவதற்கு முன்னர் நான் இந்தியனாக உயிர்விட எண்ணுகிறேன் மற்ற ஆதாரங்களையும் இதில் இணைத்துள்ளேன் ஜெய் ஹிந்த்"

கையில் இருந்த சைனட்டை வாயில் கடித்து சில நொடிகளில் உயிரிழந்தார் ராகேஷ் முழுவதும் பார்த்த சதீஷ்

யார் அந்த வெங்கடாசலம், திவாகர்

பாதுகாப்புத்துறை சீஃப் செகரட்டரி சித்ராவை அழைத்தார் இரண்டு நிமிடங்கள் பேசிக் கொண்டவர்கள் பின்னர் இரண்டு மணி நேரத்தில் சந்திக்கலாம் என முடிவானது

பாதுகாப்புத்துறை அமைச்சர் அலுவலகம் சீஃப் செகரட்டரி சித்ரா கோவமாக இருந்தார்

"என்ன நடக்குது சதீஷ் நீங்க ஒரு ரா வின் தலைவர், மனோஜ் ஒரு சி ஐ ஏ உளவாளி என கண்டு பிடிக்கமுடியவில்லையா"

"மனோஜ் மேல் சந்தேகமே வரவில்லை எங்களுக்கும் இது அதிர்ச்சியாக தான் உள்ளது விசாரிக்க சொல்லியுள்ளேன்"

"இப்போது அந்த பெண் டிரைவ் எங்கே அதை சீக்கிரம் நம் கட்டுப்பாட்டில் கொண்டு வாருங்கள்"

"வெங்கடாசலத்திற்கு ரமேஷ் முனுசாமி அனுப்பிய பென்டிரைவ் சிவன் குடியிருப்பில் முழுவதும் தேடி ஆயிற்று கிடைக்கவில்லை திவாகரிடம் தான் அது இருக்க வேண்டும் அவனையும் தேடிக் கொண்டிருக்கிறோம்"

"இந்த வெங்கடாசலம், திவாகர் இத்தனை வருடங்களாக நான் கேள்விப்பட்டதில்லையே"

"வெங்கடாசலம் ரா அமைப்பு தொடங்குவதற்கு முன்னரே ஐபி இன்டலிஜென்ஸ் பீரோவில் பணியாற்றியவர் 1968 ரா அமைப்பு தொடங்கிய போது முக்கிய பொறுப்பில் இருந்தவர், R N காவ் அவர்களுக்கு மிகுந்த நம்பிக்கை உடையவர் தோல்வியே சந்திக்காத வீரர் தான் வெங்கடாசலம்,

சுமார் 15 வருடங்களுக்கு முன்னர் ஐ ஏ எஸ் தேர்வு எழுதியவர்களின் மதிப்பெண்கள் முதலில் நம் பார்வைக்கு

வரும் அதில் தான் திவாகர் மூன்றாம் இடத்தை பிடித்திருந்தான், வெங்கடாசலம் திவாகரின் மதிப்பெண்களை மாற்றி பெயிலானதாக அறிவித்தனர் பின்னர் ரா வில் அவனை இணைத்தார்

ஒருவரை ராவில் சேர்க்கும் விதிமுறைகள் ஏதும் கடைபிடிக்கப்படவில்லை வெங்கடாசலத்தின் பதவி அதற்கு பதிலளித்தது, அது மிகப்பெரிய பலனும் கொடுத்தது திவாகர் யாரும் எதிர்ப்பாக்காத வண்ணம் சிறந்தவனாய் இருந்தான் வெங்கடாசலம் திவாகர் இணைந்து தான் பணி செய்தனர்,

எகிப்து நாட்டில் ஒரு உளவு வேளையில் துரோகத்தால் எதிரிகளிடம் சிக்கிக் கொண்டு பாலைவனத்தில் மத்தியில் இறக்கி விடப்பட்ட இருவரும் மீண்டும் உயிருடன் வந்தார்கள், அதிலிருந்து தான் அவர்களுக்கு டெசர்ட் ஈகிள் மற்றும் டெசர்ட் ஈகிள் ஜூனியர் எனவும் அழைக்கப்பட்டனர் இருவரும் நிறைய அதிசயங்களை நிகழ்த்தினார்கள் ஐந்து வருடங்களுக்கு முன்னால் வெங்கடாசலம் ஓய்வு பெற்று சென்றார்,

சில மாதங்களில் திவாகர் தோல்வியே சந்திக்காத தன் வேலையை செய்து வந்தான் மீண்டும் ஒரு துரோகத்தால் அமெரிக்காவில் சிக்கிக் கொண்டான் திவாகர் ஆறு மாதங்களுக்கு முன்னால் அவன் தப்பியதாக செய்தி உறுதியானது, இந்தியா வந்த திவாகர் ரா அமைப்பை தொடர்பு கொள்ளவே இல்லை இப்போது நிலைமை மோசமாக உள்ளது"

"எந்த ஆராய்ச்சி வெற்றி பெற்றது அது என்ன" என்றார் சித்ரா அவர் முகத்தில் இது என்ன ஆராய்ச்சி என்பதற்கான ஆர்வம் மிகுதியாக இருந்தது

"என்ன ஆராய்ச்சி என்று தெரியவில்லை நாங்களும் எவ்வளவு முயற்சி செய்து விட்டோம் அதை பற்றிய ஒரு தகவல்களும் இல்லை மிகவும் ரகசியமாக இருக்கிறது, ஆனால் இந்த ஆராய்ச்சி இந்தியாவின் கைகளில் இருந்தால் ராணுவத்தில் முதல் நாடாக இருக்கும் அதன் மூலமாக இந்தியா மிகப்பெரிய வல்லரசாக மாறும் ஒரு வேலை இது அமெரிக்காவின் கையில் சென்று விட்டால் இந்தியா அமெரிக்காவின் நவீன அடிமையாக மாறிவிடும்,

வெங்கடாசலம் ஓய்வு பெற்றுச் சென்றவர் மீண்டும் எதற்காக இந்த ஆராய்ச்சிக்கு பாதுகாப்பாக நிற்கிறார் என தெரியவில்லை,

இந்த ஆராய்ச்சியின் பென் டிரைவ் அவரிடம் எதற்காக சென்றது என தெரியவில்லை, ரமேஷ் முனுசாமி வேலை பார்த்த ஆய்வுக்கூடத்தில் விசாரித்ததில் அங்கு உள்ள யாருக்கும் அவர்கள் எதனை பற்றி ஆராய்ச்சி செய்தார்கள் என்று தெரியவில்லை அவர்கள் இருந்த பகுதியில் ரமேஷ் முனுசாமி மற்றும் ராகேஷ் மட்டுமே வேலை பார்த்ததாக தெரிகிறது,

வெங்கடாசலம் பாதுகாக்க நினைத்த அந்த ஆராய்ச்சி ரகசியங்கள் திருட நினைத்த மனோஜ் மற்றும் ராகேஷ்யை பழிக்கு பழி வேட்டையாடி இருக்கிறான் திவாகர், அந்த ரகசியத்தை பாதுகாக்க நினைக்கிறான் என்றால் ஏன் வெங்கடாசலத்தை கொன்றான் என தெரியவில்லை,

திவாகருக்கு ஏதாவது தெரியுமா அவன் கிடைத்தால் மட்டுமே அனைத்து கேள்விகளுக்கும் பதில் கிடைக்கும் என தோன்றுகிறது"

பெருமூச்சு விட்டு தலையை சொரிந்தார் சதீஷ்

"ஆக திவாகர் முதன்மை உளவாளி மிகவும் நம்பிக்கை கூறிய ஆள், இப்போது ஏன் இப்படி செய்கிறான் திவாகர் நம்மை தொடர்பு கொண்டாலே அனைத்து உதவிகளும் செய்து தரப்படுமே பிறகு ஏன் தன்னிச்சையாக செயல்படுகிறான், அவன் அமெரிக்க உளவாளியாக செயல்படுகிறானா ?, அதனால் தான் ஐந்து வருடமாக சிறையில் இருந்தவன், திடிரென்று தப்பி இருக்கிறான் ஒருவேளை தப்பியது நாடகமாக இருக்கலாம் அல்லவா அமெரிக்கன் உளவுத்துறை நினைத்தால் அதை செய்யும் வாய்ப்பு இருக்கு, மிகக் கொடுமையான தண்டனைகள் டார்ச்சர்கள் செய்து நமக்கு எதிராக மாற்றும் வாய்ப்பு நிறைய இருக்கிறது" என்ற சித்ராவை பார்த்து சதீஷ் மறுக்கும் பார்வையில்

"திவாகர் ஒரு நாளும் துரோகியாக மாற வாய்ப்பே இல்லை அப்படி இருந்தால் மனோஜையும் ராகேஷையும் அவன் கொன்று இருக்க மாட்டான், திவாகர் யாரையும் நம்பக்கூடிய நிலையில் இல்லை அவன் பார்வையில் நாம் அனைவரும் நம்பிக்கை தரக்கூடிய ஆளாக இல்லை"

"நீங்கள் சொல்வதை நம்ப வேண்டும் என்றால் சீக்கிரம் திவாகரை கண்டுபிடிங்கள் அவன் கிடைத்தால் தான் பென் டிரைவ் நமக்கு கிடைக்கும் அது எதிரிகளின் கையில் போய் விடக்கூடாது" என்ற சித்ராவின் முகத்தில் அதில் உறுதியும் கோபமும் இருந்தது

"இதைப் பார்த்த சதீஷ் சித்ராவிடம் விடை பெற்று விட்டு சென்றார்

சதீஷ்க்கு அவருடைய மொபைலில் அழைப்பு வந்தது, அழைத்தது வசந்த் தமிழ்நாடு ரா பிரிவு தலைவர்

"சென்னையில் ஒரு எஸ் பி ஒருவர் சுட்டுக் கொல்லப்பட்டார்"

"சரி அது தமிழ்நாடு காவல்துறை பார்த்துக் கொள்ளும், ராவிற்கும் இதுக்கும் தொடர்புடையதாக இருக்கிறதா"

"ஆம் இருக்கிறது எஸ்பிஜ கொன்றது டெசர்ட் இகல் துப்பாக்கியை சார்ந்தது ராகேஷ், மனோஜ் பெயர் பொறித்த புல்லட் நம்பர் வரிசையில் பொருந்தியுள்ளது நிச்சயமாக இது ஜூனியர் திவாகர் செய்ததாக இருக்கும் அது மட்டும் இல்லாமல் உளவாளிகளாக செயல்படும் நபர்களின் பெயர்கள் அவர்களுக்கு தரப்படும் பணத்தின் விவரங்கள் அடங்கிய ஒரு சிறிய புத்தகம் கிடைத்துள்ளது"

என்ன இது எப்படி சாத்தியமாகும் என்று அதிர்ச்சியானார் சதீஷ்

" சி ஐ ஏ வின் கட்டுப்பாட்டில் இருக்கும் ஒரு ரகசிய புத்தகத்தை திருடி விட்டான திவாகர், வேறு என்ன தகவல் இருக்கிறது"

"இந்தியாவிற்கு எனது அன்பளிப்பு திவாகர் டெசர்ட் ஈகிள் ஜூனியர் என எழுதி இருந்தது" என்ற வசந்திடம்

"உடனே அந்த புக்கை எடுத்துக் கொண்டு இங்கே வாருங்கள் சி ஐ ஏ உளவாளிகள் நம் நாட்டில் இருக்கிறார்கள் எனத் தெரியும் ஆனால் அவர்களை கண்டுபிடிப்பது மிகவும் சவாலான செயல் அனைத்தையும் செய்து விட்டு திவாகர் எங்கே இருக்கிறான்"

தேவியை காதலிக்கும் வீரா

கிண்டியில் அமைந்துள்ள ஓர் ஐடி கம்பெனி பத்தாவது மாடியில், டி கே சல்யூஷன்ஸ் சுமார் 150 நபர்களுக்கு மேல் வேலை செய்கிறார்கள் அங்கு உள்ள கேண்டீன் 24 மணி நேரமும் இயங்கும் அதில் ஒருவன் தட்டில் பழச்சாறுகளை எடுத்து வந்து ஒவ்ஒருவருக்கும் வைத்துக் கொண்டு வந்தான் பின்னர் தேவியின் முன்னால்

"நீங்கள் கேட்ட ஜூஸ்"

" நன்றி வீரா ஒரு மணி நேரம் ஆளைக்காணோம்"

" ஒரு முக்கியமான வேலையாக போயிருந்தேன் தேவி மேடம்"

அருகில் இருந்த ரம்யாவிற்கும் ஒரு ஜூஸ் வைத்தான் வீரா

"நீங்க வேலைக்கு வந்து மூணு மாசம் தான் இருக்கும் ஆனா நிறைய லீவு எடுக்குறீங்க" என்றவள் ரம்யா

"முதலாளி வந்தால் இதைப் பற்றி கண்டிப்பாக சொல்லணும்" என்றான் கூடருந்த மற்றொருவன் ஆனந்த்

"சும்மா இருடா ஒன்னும் சொல்லத் தேவையில்லை நீங்கள் போங்க வீரா இவங்க இப்படித்தான் நான் பார்த்துக்கிறேன்" - தேவி

தேவி ரம்யா ஆனந்த் ஒன்றாக வேலை செய்பவர்கள், நண்பர்கள்

"வீராவுக்கு ரொம்ப தான் சப்போர்ட்" - ரம்யா

"உனக்கு மட்டும் ஒரு தனி கவனம் தான் ஒண்ணுமே புரியல" - ஆனந்த்

"இரண்டு பேரும் சும்மா இருக்கீங்களா வீரா வந்ததுக்கு அப்புறம் தான் இங்க நல்ல சாப்பாடு கிடைக்குது இல்லன்னா சாப்பாட்டுக்கு என் நிலைமை ரொம்ப மோசம் தான்" - தேவி

"அது சரி தேவி வீரா உன்னை பார்க்கும் போது மிகவும் பிரகாசமாக மாறுவதை கவனித்தாயா" - ரம்யா

மெல்லிய புன்னகையை உதிர்த்ததாள் தேவி

"தேவி அவன் அருகில் இருந்தால் ஒரு படபடப்புடன் தான் இருக்கிறாள் விரைவில் ஒரு ஜோடி புறாக்கள் காதலில் பறக்கும் என எதிர்பார்க்கலாமா" - ஆனந்த்

"ரொம்ப அதிகம் பேசாத போய் வேலையை பாருங்க" - தேவி

தேவி 30 வயதை கடந்தவள் கருப்பான கலையான முகம் கொண்டவள் கோவில் சிற்பம் போல தன் தேகம் கொண்டவள் ஒருவேளை வைரம் கண்ணாடி போல் அல்லாமல் கருப்பு கண்ணாடி ஆக இருந்தால் தேவி போலத்தான் இருக்கும் தேவி திருமணத்தின் மீது பற்று இல்லாமல் இருந்துவிட்டாள்,

வீரா அருகில் வரும் போதெல்லாம் தன் கன்னங்கள் சிவப்பது போல உணர்கிறாள்,

வீரா முப்பது வயதை தாண்டிய கருமை கண்ணன், எனக்கான உதவிகளை செய்வதில் அவன் என் கர்ணன், விதி நிறைய சிக்கல்களை கொடுத்தாலும் அதன் தீர்வாக வீரா பின்னால் வருவான்,

ஒரு முறை எனது டியோவில் சென்ற போது டயர் பஞ்சர் ஆனது, பரிதவித்து நின்ற போது வீராவும் ஒரு டியோவில் வந்து சேர்ந்தான் அவனுடைய வண்டியை என்னிடம் கொடுத்து அனுப்பி விட்டான்,

எப்போதும் புல்லட்டில் வரும் வீராவை அப்படி ரசிப்பாள் தேவி ஆனால் அன்று மட்டும் அவன் டியோ வில் வந்தது எப்படி இதுவரை அவளுக்கு புரியவில்லை,

தலைவலி என தேவி இருந்தால் அன்று பழச்சாறுக்கு பதிலாக கசாயம் இருக்கும் தேவி மறு கேள்வி இல்லாமல் குடிப்பாள், சிறிது நேரத்தில் தலைவலி போய்விடும், தேவியின் தேவை அனைத்தும் வீராவால் நடத்தப்படும் இவர்கள் பேசுவது கண்களால் மட்டுமே இருக்கும் தேவி அனைத்தையும் யோசித்தவாறு தன் வேலையில் மூழ்கி விட்டாள்,

வீரா மேசையெல்லாம் துடைத்து விட்டு பழச்சாறு செய்யும் இடத்திற்கு வந்து அமர்ந்து கொண்டான்

"இப்படியே பார்த்துக் கொண்டு போனால் எப்படி, காதலிக்கிறேன் என சொல்ல வேண்டியது தானே" சொன்னவன் பிரதீப்

வீரா பிரதீப் பள்ளி பருவ நண்பர்கள் பிரதீப் தான் விராவிற்கு இந்த வேலையை வாங்கி கொடுத்தது

"எங்கடா போன ஒரு மணி ஆளைக் காணோம்"

"வெளியில் ஒரு முக்கிய வேலை இருந்தது"

"தேவிக்கு பழச்சாறு கொடுக்கும்போது சரியாக வேலைக்கு வந்து விட்டாய் எப்படி"

"வெளியில் சென்ற வேலை முடிந்துவிட்டது"

"ரொம்ப ஓவராத்தான் போறீங்க"

"கோச்சுக்காதடா மச்சி தேவிக்காக மட்டும்தான் இங்க வேலைக்கு வரேன் ஆனாலும் வெளியிலும் நிறைய வேலை இருக்கிறது போகப்போக உனக்கு புரிய வரும்"

"ஏன்டா கொடுமை படுத்துறீங்க போய் தைரியமா ஐ லவ் யூ ன்னு சொன்னாதான் என்ன"

"பிரதீப் நீ வேற சுலபமாக தான் தெரிகிறது ஆனால் கிட்டே சென்றால் தான் ஒரு மாதிரி இருக்கிறது"

"இப்ப இருக்க பசங்க என்னென்ன எல்லாம் பண்றாங்க பள்ளிக்கூடத்து விட்டு வெளியில் வரும்போது லவ்வர்சா தான் வெளியில வராங்க நீ என் டா இப்படி டார்ச்சர் பண்ற, கேன்டின்

ல சந்தோஷ்னு ஒரு பையன் இருக்கான் இல்ல இரண்டு நாள் லீவு கேட்டு இருக்கிறான்"

"ரெண்டு நாள் லீவு தானே கொடுத்துடு நல்லா வேலை பாக்குற பையன் தான் என்ன எக்ஸாமுக்கு படிக்கணுமா?"

வீராவை ஏளனமாக பார்த்த பிரதீப்

"எக்ஸாம் எல்லாம் ஒன்னும் இல்ல அவனோட மனைவிக்கு நாளைக்கு குழந்தை பிறக்கப் போகிறது ரெண்டு நாள் லீவு கேட்டு இருக்கிறான்"

"சற்று அதிர்ச்சியான வீரா நொடிகளில் அதை மறைத்துக் கொண்டு நல்ல விஷயம் தான் செலவுக்கு ஒரு அம்பதாயிரம் ரூபாய் கொடுத்து விடு"

"பணம் எல்லாம் கொடுத்துவிடலாம் நீ இன்னும் லவ்வே சொல்லவே படாத பாடு பட்டுக்கிட்டு இருக்கு, சின்ன பையன் ஒய்:ப் டெலிவரி என்று சொல்லி ரெண்டு நாள் லீவு கேட்டு காசு கேட்டு இருக்கிறான் உன்னை நினைத்து என்ன பண்றது"

தலையில் அடித்துக் கொண்டு சென்று விட்டான் பிரதீப், இப்படியே இவர்கள் நாட்கள் சென்று கொண்டிருந்தது

தேவி வீராவை அழைத்தாள்

"வீரா வாடகைக்கு வீடு கிடைக்குமா"

"யாருக்கு எத்தனை பேருக்கு வீடு வேண்டும்"

"எனக்கும் ரம்யாவுக்கும் தான் வீடு"

"சாயங்காலம் உங்கள் வேலையை முடித்ததும் நாம் போய் வீடு பார்க்கலாம்" - விரா

"இவ்வளவு சீக்கிரமாகவா இந்த சம்பளம் பத்தாது என புரோக்கர் வேலையும் செய்கிரீர்கள் போல" நக்கலாக ரம்யா

"ரம்யா என்னடி திமிரா இரண்டு வேலை செய்வதும் ஒரு திறமை தான், அவ அப்படிதான் பைத்தியம் போல பேசுவாள் நீங்க கவலைப்படாதீங்க" - தேவி

"பரவாயில்ல தேவி நம்ம சாயங்காலம் போகலாம்" ஏன அங்கிருந்து கிளம்பினான் வீரா

பிரதீப் மற்றும் வீரா தங்கள் வேலைகளை செய்து கொண்டிருந்தார்கள்

"மச்சான் பசங்க நாலு பேரை அனுப்பி வெண்மதி இல்லத்தை சுத்தம் செய்ய சொல்" - வீரா

"எதுக்கு அந்த வீட்டை ரெடி செய்யணும்" - பிரதீப்

"வாடகைக்கு ஆள் வராங்க பிரதீப்"

"அந்த வீட்டை விக்கத்தானே சொல்லி இருந்தாங்க நீ வாடகைக்கு ஆள் வரதா சொல்ற" - பிரதீப்

"புது பார்ட்டி ஒருத்தர் வீ வாங்கி விட்டார்கள் அவர்கள் தான் வாடகைக்கு விடுகிறார்கள்" - வீரா

"நான் அனுப்பி விடுகிறேன்

ஆமா வீரா யார் அந்த புது பார்ட்டி யாருக்கு வாடகைக்கு விடுகிறார்கள்" - பிரதீப்

"ஹே பிரதீப் ஹிட்ஸ் இட்ஸ் மீ நான் தான்" என வடிவேல் பாணியில் சொன்னான் வீரா" அந்த வீட்டை வாங்கி விட்டேன் தேவி தான் வாடகைக்கு வருகிறாள் ஆன்லைனில் பணம் அனுப்பி விட்டேன் பழைய ஓனர் இந்தியா வரும்போது பெயர் மாற்றி பத்திரம் பதிவு செய்து கொள்ளலாம்"

"எதுக்குடா இவ்வளவு அவசரமா ஒரு வீட்டை வாங்கினாய்" - பிரதீப்

"தேவி வீடு கேட்டா அதான் வெண்மதி இல்லம் நல்லா இருக்கும் என வாங்கி விட்டேன்"

வெட்கத்துடன் சொன்ன வீராவை பார்க்க வினோதமாய் பார்த்துக் கொண்டு சென்று விட்டான் பிரதீப்

வீராவின் மேல் சந்தேகப்படும் தேவி

தேவி ரம்யாவிடம் கோபமாக இருந்தாள் "என் மேல என் கோபப்படுற"

"நீ அவர்கிட்ட ரொம்ப தான் வாய் பேசறே" - தேவி

"நான் ஏதோ விளையாட்டா சொன்னேன் நீ ஏன் வீராவுக்கு ரொம்ப வக்காலத்து வாங்கிக் கொண்டு வர, அவனை உனக்கு பிடித்து இருக்கிறதா வீராவை பார்த்தால் நல்லவன் போல தெரியவில்லை" - ரம்யா

"நீ சும்மா இருடி வீரா ரொம்ப நல்லவன் தான் வீராவின் கண்கள் எப்போதும் என் கண்களையே பார்த்துக் கொண்டு மட்டும்தான் பேசும் அவன் எப்பொழுதாவது உன் கண்களை தவிர வேறு எங்கேயும் பார்த்து பேசி இருக்கிறானா" தேவி

இல்லை என்பது போல் தலையசைத்தாள் ரம்யா

சூரியன் மறைய தொடங்கிய நேரம் தேவி வீராவை அழைத்தாள்

"நான் வந்து விட்டேன் தேவி நீங்க கீழே வாருங்கள் நான் காத்திருக்கிறேன்" - விரா

தேவியும் ரம்யாவும் ஒன்றாக வெளியே வந்தனர்

"ஐயோ ரம்யா எனக்கு ஒரு உதவி செய்றியா எனது மேஜையில் ஒரு பென்டிரைவ் வைத்து வந்து விட்டேன் நீ எடுத்து வரயேன்" - தேவி

சரி என ரம்யா சென்று விட்டாள், தேவி வேகமாக இறங்கி வீரா இடத்திற்கு வந்தாள்

"வாங்க தேவி நீயும் ரம்யாவும் இந்த காரில் என்னை பின்தொடர்ந்து வாருங்கள்" - விரா

"நான் மட்டும்தான் வருகிறேன் ரம்யா ஏதோ வேலை இருப்பதாக சொல்லிட்டா" - தேவி

"அப்போ எனது வண்டியிலேயே போலாமா"- விரா

தேவி புல்லட்டில் ஏறி வீராவின் தோளில் கை வைத்துக் கொண்டாள், ரம்யா கீழே வந்து பார்த்தபோது வீரா தேவி ஒன்றாக செல்வதை பார்த்தாள் வேண்டுமென்றே தன்னை கழட்டி விட்டதாக எண்ணி நொந்து கொண்டாள் ரம்யாவை,

வீராவின் புல்லட் ஒரு வீட்டு வாசலில் வந்து நின்றது, அது ஒரு மூன்று படுக்கையறை கொண்ட வீடு, அனைத்தையும் விவரமாக காட்டினான்

"வீரா எனக்கு வீடு பிடித்திருக்கிறது எப்போ குடியேறலாம்" - தேவி

"நீங்க நாளைக்கு கூட குடியேறலாம் அனைத்து ஏற்பாடுகளையும் நான் செய்து விடுகிறேன் உங்கள் உடமைகளை தயார் செய்து வைத்தால் போதும்,

உணவுக்கான எந்த தயக்கமும் வேண்டாம் நீங்கள் வீட்டில் இருக்கும் நேரம் உணவு சரியாக வந்துவிடும் வேறு எது தேவை இருந்தாலும் என்னிடம் சொல்லுங்கள் நான் எதிர் வீட்டில் தான் இருக்கிறேன்" - விரா

தேவியின் முகம் ஆனந்தத்தின் எல்லையில் இருந்தது மகிழ்ச்சியாக காணப்பட்டாள்

"தேவி இந்த வீட்டின் சாவி பற்றி சொல்ல வேண்டும், மூன்று வழிகளில் வீட்டை திறக்கலாம் சாவி போட்டு திறப்பது, கைரேகை வைத்து திறக்கக் கூடியது, கண்களை சரி பார்த்து திறக்கக்கூடிய ஸ்கேனர் பொருத்தப்பட்டுள்ளது"

"என்ன ரொம்ப ஓவராக இருக்கிறது"

"நான் ஒன்றும் செய்யவில்லை இந்த வீட்டை கட்டும்போது இப்படித்தான் பல விஷயங்களை பார்த்து பார்த்து கட்டினார் அவரின் நேரம் வெளிநாட்டில் போய் செட்டில் ஆகிவிட்டார்"

நுழைவாயில் திறக்கும் கைரேகை கண்கள் பதிவு அனைத்தும் செய்து கொடுத்தான் விரா,

பிறகு வெளியே வந்த தேவி கார் செட் யை கவனித்தாள்

"இதில் என்ன இருக்கிறது"

கார் செட்டிங் கதவைத் திறந்தான் வீரா உள்ளே ஓர் சிகப்பு நிற கார் இருந்தது

"இதுவும் வீட்டு உரிமையாளர் உடையது தான் நீங்கள் பயன்படுத்திக் கொள்ளலாம்"

காரில் உட்கார்ந்து பார்த்தாள் தேவி கார் மிக வசதியாக இருந்தது அமைப்புகள் மாற்றி அமைக்கப்பட்டு இருந்தது வெளியே வந்த தேவி காரின் கண்ணாடியை தொட்ட போது வியந்து போனாள்,

அந்த கண்ணாடி துப்பாக்கி குண்டு தொலைக்காத புல்லட் ப்ரூப் கண்ணாடி ஆகும்

"இந்த வீட்டு உரிமையாளர் என்ன தொழில் செய்கிறார்"

"அவர் ஐடி கம்பெனியை சேர்ந்தவர் தான்"

அந்த வீட்டிலிருந்து கிளம்பினார்கள் வழியெல்லாம் எங்கு மருத்துவமனை சூப்பர் மார்க்கெட் என்னென்ன கடை எங்கே இருக்கிறது என காட்டினான்

ஓர் உணவகத்தில் உணவருந்தி விட்டு தேவியை அவளது விடுதியில் இறக்கி விட்டான்

தேவி தனது அறைக்குள் நுழைந்தவள் ரம்யா போனில் எதையோ நோண்டிக் கொண்டிருந்தாள் அவளைப் பார்த்து

"இந்த ரம்யா உனக்கு டின்னர்"

என உணவு பொட்டலத்தை நீட்டினாள்

"தேவி நீ என்ன வேணும் தானே விட்டு விட்டு சென்றாய்"

"இல்லடி ரம்யா நீ வேண்டாம் தான் உன்னை விட்டுட்டு போனேன்"

"நீ எல்லாவற்றையும் சரியாகப் பார்த்தாயா புது வீடு போன பிறகு ஏதும் பிரச்சனை என்றால் என்ன செய்வது?"

"ஒன்றும் பிரச்சனை வராது அப்படி ஏதும் வந்தால் வீரா எதிர் வீட்டில் தான் இருப்பார் அவர் பார்த்துக்கொள்வார்"

"எதிர் வீட்டிலா எனக்கு ஏதோ சரியாக படவில்லை அந்த வீரா ஏதோ ப்ளான் செய்வது போல உள்ளது" பேசிவிட்டு ரம்யா உள்ளே சென்றாள்

ரம்யா பேசி விட்டு சென்றது தேவியின் மூளைக்குள் ஏதோ ஓடிக்கொண்டே இருந்தது வீடு மிகப்பெரிய பாதுகாப்பு வளையத்தில் உள்ளது கார் காரின் புல்லட் ப்ரூப் கண்ணாடி தேவி ஏதோ சரியாக இல்லை என யோசித்தாள்,

தேவியும் வீராவும் காதலில் இணைந்தனர்

மறுநாள் டி கே சல்யூஷன்ஸ் பரபரப்பாக இயங்கிக் கொண்டிருந்தது தேவியின் மேசை அருகே இருந்த பக்கத்து மேசையில் ஓர் கப் நிறைய பிளாக் காபி இருப்பதைக் கண்டான் வீரா

"யாருக்கு அந்த பிளாக் காபி புதுசா"

"ஒருத்தர் வேலைக்கு வந்து சேர்ந்துள்ளார் பெயர் மணிகண்டன் அது மட்டுமல்ல அவன் உணவு ஆர்டர் வந்துவிட்டது மூன்று வேளைக்கும் என்னென்ன வேண்டும் என கொடுத்து விட்டான் சமையலறையில் இது பற்றி பேசி விட்டேன்"

அந்த சீட்டை வீரா கையில் கொடுத்து போனான் பிரதீப், சீட்டைப் பார்த்த வீரா மணிகண்டனிடம் பேசினான் நல்ல தமிழ் பேசினான் மணிகண்டனை உற்று கவனித்தால் வெளிநாட்டவர் பேசும் சாயல் இருந்தது நேராக பிரதிபிடம் சென்ற வீரா

"எனக்கு வேலை இருக்கிறது நீ பார்த்துக் கொள்"

என பதிலுக்கு காத்திராமல் கிளம்பினான்

வீராவை வழிமறித்தாள் தேவி

"புது வீடு பால் காய்ச்சப் போகிறோம் அப்படியே இன்னைக்கு சாயங்காலம் பழைய வீட்டை காலி பண்ணி விட்டு அங்கு வந்து விடலாமா நீங்கள் உடன் இருந்தால் நன்றாக இருக்கும்"

"சாரி தேவி எனக்கு வேறு வேலை இருக்கிறது நீங்கள் விடுதியை காலி செய்யுங்கள் நம் ஆட்கள் அனைத்தையும் மாற்றி விடுவார்கள்"

இருவரும் பேசிக் கொண்டிருக்கும்போது வீராவுக்கு தேவியின் மேசை தெரிந்தது அதில் மணிகண்டன் எதையோ

தேடிக் கொண்டிருந்தான் தேவி கிளம்பி சென்றாள், அவள் கையில் உள்ள புத்தகத்தில் ஒரு பேப்பர் துண்டு கிழே விழுந்தது அதை எடுத்தவன்

"தேவி ஒரு நிமிடம் நில்லுங்கள்"

தேவி திரும்பினாள் உடன் இருந்த ரம்யா அவசரப்பட்டாள்

"பாரு நான் சொன்னேன் அல்லவா காதல் கடிதத்தோடு நிற்கிறான் கொஞ்சம் உதவி செய்துவிட்டு லெட்டர் கொடுக்கிறான் பார்"

என வன்மம் கொட்ட தொடங்கினாள் ரம்யா, வீரா சிரித்து விட்டான்

"தேவி இது உங்க புத்தகத்திலிருந்து கீழே விழுந்தது அதை கொடுக்கத்தான் கூப்பிட்டேன்"

தேவியின் முகம் ஏனோ ஏமாற்றத்தில் இருந்தது

"ஆமாம்" என்ற தேவி என அந்த சீட்டை வாங்கிக் கொண்டாள்

ரம்யா சொன்னது சரிதான் அது காதல் கடிதம் தான், தேவி வீராவுக்காக எழுதியது அதை நேரடியாக கொடுக்க வெட்கமாக இருந்தது மறைமுகமாக கொடுக்கலாம் என தவறவிட்டாள், வீரா முட்டாள் என மனதில் திட்டிக்கொண்டு திரும்பி நடந்தாள்

"ஒரு நிமிடம் தேவி ரம்யா சொல்வதில் ஒரு உண்மை உள்ளது நான் உங்களை காதலிப்பது, ஆம் உங்களை காதலிக்கிறேன் உங்களுக்கு சம்மதம் என்றால் நாம் கல்யாணம் செய்து கொள்ளலாம்"

என வீரா திரும்பிச் சென்றான்

"வீரா ஒரு நிமிடம்" எனக்கும் தான் கையில் வைத்திருந்த கடிதத்தை கொடுத்துவிட்டு திரும்பி பார்க்காமல் வெட்கத்தில் ஓடிவிட்டாள் தேவி.

பாதுகாப்புத் துறை அமைச்சர் அலுவலகம் சித்ரா அமைச்சருடன் பேசிக் கொண்டிருந்தார்

"சி ஐ ஏ உளவாளியாக இந்தியாவில் இருப்பவர்கள் அனைவரின் தகவல் கொண்ட ஒரு புத்தகம் நம் கையில் கிடைத்திருக்கிறது சார்" - சித்ரா

"யார் மூலமாக எப்படி கிடைத்தது" - அமைச்சர்

"ஒரு எஸ்பி சுட்டுக் கொல்லப்பட்டார் அங்கே தான் இந்த புத்தகம் கிடைத்தது இந்தியாவிற்கு திவாகரின் பரிசு என தகவல் வந்தது"- சித்ரா

"திவாகர்" என சில நொடிகள் நெற்றியை சுருக்கி யோசித்தார் பாதுகாப்புத்துறை அமைச்சர்

"திவாகர் என்றால் டெசர்ட் இகல் ஜூனியர் தானே மிகப்பெரிய வீரன் எகிப்து ராஜா என்று கூட சொல்லலாம் சில வருடங்களுக்கு முன்னால் அமெரிக்க சிறையில் மாட்டியவன் தப்பியதாக கேள்விப்பட்டேன் இப்போது என்ன நடக்கிறது" - அமைச்சர்

"ரமேஷ் முனுசாமி என்ற நம்முடைய சயின்டிஸ்ட் இறந்துவிட்டார் ரமேஷ் உடைய ஆராய்ச்சி வெற்றியடைந்ததாக தெரிகிறது அந்த ஆராய்ச்சியின் பைனல் ∴பார்முலா எங்கு சென்றது என தெரியவில்லை,

அவரை கொன்றது மனோஜ் மற்றும் ராகேஷ், திவாகரால் கொல்லப்பட்டனர் இன்னொரு குழப்பமான விஷயம் வெங்கடாசலத்தை கொன்றது திவாகர் என உறுதியான தகவல் கிடைத்துள்ளது"

பாதுகாப்புத் துறை அமைச்சர் அதிர்ச்சியானார் வேர்வை துளிகள் பெருகியது

"வெங்கடாசலம் இறந்துவிட்டாரா இதை ஏன் என்னிடம் சொல்லவில்லை என கோபமாக கத்தினார் மிகப்பெரிய ஆபத்தில் இருக்கிறோம் உங்களை வைத்துக் கொண்டு நான் என்ன செய்வது முப்படை தளபதிகளை வரச் சொல்லுங்கள் இன்டெர்னல் பீரோ தலைவரை வரச் சொல்லுங்கள் ராவின் சீப் ஹெட்டும் இங்கே வரவேண்டும்"

"முப்படை தளபதிகளை ஒன்றாக நீங்கள் பார்க்க அனுமதி இல்லையே"

"அதை பற்றிய கவலை வேண்டாம் பிரதமரிடம் நான் பேசிக் கொள்கிறேன் அந்த சி ஐ ஏ புத்தகத்தில் இருக்கும் அனைத்து

தகவல்களையும் விசாரித்து சரியெனில் கைது செய்யுங்கள் சிறிது தடங்கல் என்றாலும் சுட்டுத் தள்ளுங்கள்"

"அப்படியே செய்கிறேன்"

"இந்த சந்திப்பில் கண்டிப்பாக திவாகர் இருக்க வேண்டும்"

"திவாகர் எங்கு சென்றான் என தெரியவில்லை அவனை கண்டுபிடிக்கும் முயற்சியில் தான் இருக்கிறோம்"

"தமிழ்நாட்டில் உள்ள அனைத்து டிவி ரேடியோவில் பாலைவனத்தில் மட்டும் வாழும் கழுகு தமிழ்நாட்டில் பறந்ததாக மக்கள் ஆச்சரியம் அடைந்தார்கள் என்ற செய்தியை பரப்புங்கள் பத்து நிமிடங்களுக்கு ஒரு முறையாவது வரவேண்டும்"

"சரி சார் நீங்கள் இவ்வளவு கோபமாகவும் பதட்டமாகவும் நான் பார்த்ததில்லையே ஏதும் பெரிய சிக்கல் உள்ளதா" என்ற சித்ராவை பார்த்த அமைச்சர்

"மொத்த இந்தியாவே அழியும் அபாயம் உள்ளது வெங்கடாசலம் இறந்துவிட்டார் அனைத்தையும் சந்திப்பில் சொல்கிறேன் இது கோடு ஹரிக்கேன்" - அமைச்சர்

சித்ரா விரைந்து சென்று அமைச்சர் சொன்ன அனைத்தையும் செய்து முடித்தார் அமைச்சர் சொன்ன கோடு ஹரிகேன் என்பது எல்லா நாடுகளும் ஒன்றாக நம்மை தாக்குவது போல ஒரு நேரம் ஆபத்தான சூழல்

ஒரு மணி நேரத்தில் திவாகரிடம் அழைப்பு வந்தது சதீஷ் பேசினார்

"பாதுகாப்புத்துறை அமைச்சர் உன்னை பார்க்க வேண்டுமாம் இந்தியாவின் பெரிய தலைகள் வருகிறார்கள் வசந்த் உன்னை சந்திப்பார் அவருடன் சேர்ந்து வந்துவிடு"

"சதீஷ் எனக்கு சில வேலைகள் செய்து தர வேண்டும் ஒருத்தனை கைது செய்து நம் கட்டுப்பாட்டில் கொண்டு வர வேண்டும்"

"நீ இந்திய ரா வை சேர்ந்தவன் உனக்கு அனைத்து உரிமையும் உள்ளது வசந்த் உனக்காக அனைத்தும் செய்து கொடுப்பார்"

டி கே சல்யூஷன்ஸ், தேவி வீராவை நோக்கி வந்தாள்

"வாங்க தேவி ஏதும் தேவைப்படுகிறதா"

"ஆமா உங்களிடம் நிறைய பேச வேண்டும் போல் இருக்கிறது"

பிரதீப்பிடம் தன் பார்வையை செலுத்தினான் வீரா, சிறிது நேரத்தில் இரண்டு காபி வந்தது

"நான் எப்படி தைரியம் வந்து என் காதலை சொல்வேன் என நினைக்கவில்லை"

"எனக்கும் படபடப்பாக தான் இருந்தது எப்படியோ நம் சீக்கிரம் காதலை பகிர்ந்து கொண்டது நல்லது கல்யாணம் எப்போ வச்சுக்கலாம்"

வெட்கத்தில் சிறிது தலையை தாழ்த்திய தேவி "வீரா எனக்கு உங்களைப் பற்றி தெரிய வேண்டும் உங்கள் குடும்பத்தை பற்றி தெரிய வேண்டும்"

"தேவி எனக்கு குடும்பம் என யாரும் இல்லை அங்கே இருக்கான் பாருங்க பிரதீப் அவன் தான் எல்லாம் உங்க கிட்ட ஒரு முக்கியமான விஷயம் சொல்ல வேண்டும் நான் இந்தியன் ரா"

என வார்த்தையை முடிப்பதற்குள் கைப்பேசி அழைத்தது காதில் வைத்த வீரா

"உடனே வருகிறேன் தேவி ஒரு முக்கிய வேலையாக நான் செல்ல வேண்டி உள்ளது நான் 9 மணி போல உங்களை வந்து பார்க்கிறேன் நிறைய பேச வேண்டி இருக்கிறது"

என விடை பெற்று சென்றான், தேவிக்கு வீரா சொல்ல வந்த வார்த்தை சரியாக புரியவில்லை இந்தியா என ஆரம்பித்தது மட்டும் கேட்டது, இரவு 9:00 மணிக்கு சந்திக்கும்போது பேசிக் கொள்ளலாம் என நினைத்தாள்,

கடவுளே இந்த பசங்களே இப்படித்தான் லவ் பண்ற வரைக்கும் பின்னாடியே சுத்தி சுத்தி வருவான் காதல் உறுதியானதும் என்னை சுற்றலில் விடுகிறான் பசங்கள புரிஞ்சுக்கவே முடியல உங்களுக்காக காத்திருப்பேன் என நினைத்துக் கொண்டாள் தேவி

அவசரமாக திரும்பி வந்த வீரா தேவியிடம் சிகப்பு கார் சாவியை கொடுத்து நீங்கள் வேலைக்கு சென்று வர உதவியாய் இருக்கும் எனக் கூறிவிட்டு சென்றான் நான்கு மணி நேரம் வேலை சரியாக இருந்தது வேலையிலிருந்து கிளம்பினாள்,

தேவி காரில் சென்று கொண்டிருந்தபோது தூரத்தில் பைக்கில் சென்ற ஒருவனை ஒரு கார் மறித்து நின்றது காரில் இறங்கியவர்கள் பைக்கில் வந்தவனை காரில் ஏற்றினார்கள் பைக்கில் வந்தவன் திரும்பி யாரையோ பார்த்தாள் அது டி கே சல்யூஷனில் புதிதாக வேலைக்கு சேர்ந்த மணிகண்டன் அதிர்ச்சியானாள் தேவி,

இதை உடனே வீராவிடம் சொல்ல வேண்டுமென நினைத்தாள் ஆனால் மணிகண்டன் யாரையோ திரும்பிப் பார்த்தான் அல்லவா அது வீரா,

மணிகண்டன் காரில் செல்வதை பார்த்துக்கொண்டு வீராவும் ஒரு காரில் ஏறி சென்று விட்டான்,

என் அன்பு காதலன் ஒருவனை கடத்தி விட்டான் அதிர்ச்சியில் உறைந்தாள் தேவி.

இந்திய நாட்டிற்கு எதிராக பின்னப்பட்ட சதி வலை

ரா வின் ரகசிய இடம் ரா வின் தலைவர் சதீஷ், இந்தியன் பியூரோவின் தலைவர் சலீம், துணை தலைவர் ரங்கா மூவரும் பேசிக்கொண்டு இருந்தனர்

அந்த இடத்திற்கு திவாகர் மற்றும் வசந்த் இன்னும் சிலர் வந்து சேர்ந்தனர்

சதீஷ் கட்டி அணைத்துக் கொண்டார்

"ஹலோ திவாகர் ரொம்ப வருடம் ஆகிவிட்டது நீ இல்லாமல் ஒவ்வொரு விஷயத்தையும் முடிப்பதற்குள் பெரும்பாடு ஆகிவிடுகிறது உன்னை உயிரோடு பார்ப்பதே பெருமையாக உள்ளது அமெரிக்க சிறையில் இருந்து இந்தியா உளவாளி தப்பியுள்ளான் கின்னஸ் சாதனைதான்"

சலீம் வந்து கை கொடுத்தார் "ரயிலில் வந்த ஆறு பேரின் தலையில் புல்லட் செலுத்தினாய் அது அசாத்தியமான திறமை தான் இதை ஒரு படமாகவே எடுக்கலாம் போல"

"ஹலோ திவாகர் நான் ரங்கா"

"தெரியும் ரங்கா உங்களை தெரியாமல் இருக்க முடியுமா அமெரிக்க சி ஐ ஏ விடம் நான் மாட்டியதற்கான பெருமை உங்களைத் தானே சேரும்" என்ற திவாகர்

ரங்கா மறு வார்த்தை பேசும் முன் மின்னல் வேகத்தில் தன் கத்தியால் ரங்காவின் நுரையீரல் ஓரத்தில் ஒரு முறை குத்தினான், ரங்காவின் கை மணிக்கட்டு நரம்புகளை அறுத்து விட்டான் ஒரு நொடியில் இது நடந்தது

சலீம் மற்றும் சதீஷ் தங்களது துப்பாக்கியை திவாகருக்கு குறி வைத்தனர்

"என்ன செய்கிறாய் உன் இஷ்டம் போல யாரை வேண்டுமானாலும் கொள்ளலாம் என நினைத்தாயா எதற்காக ரங்காவை இப்படி செய்தாய்"

என்ற சலீமை தன் புருவத்தை உயர்த்தி ஏளனமாக சிரித்த திவாகர்

"சலீம் அவசரம் தேவையில்லை உட்கார்ந்து பேசலாம்" - திவாகர்

ஒரு சேரில் ரங்காவை அமர விட்டு எதிரில் திவாகர் அமர்ந்தான், சதீஸ் வசந்தத்தை கேள்வியாய் பார்த்தார்

சதீஷை பார்த்த வசந்த் திவாகர் செய்வது சரி என்பது போல் தலையசைத்தான் சதீஷ் துப்பாக்கியை கீழே இறக்கினார் சலீமையும் துப்பாக்கியை கீழே விடச் சொன்னார்

"திவாகர் ரங்காவிற்கு மருத்துவ உதவி தேவை" - சலிம்

"இன்னும் 15 நிமிடங்கள் ரங்கா உயிரோடு இருப்பான் ஐந்து நிமிடங்கள் பேசலாம் பத்து நிமிடத்தில் மருத்துவமனை செல்லலாம் அமருங்கள் இந்த ரங்காவை விட எனது உயிர் மிக முக்கியம் நான் சொல்வதை கேளுங்கள்" - திவாகர்

"நீ வைத்திருக்கும் ஒரு புக்கில் ரங்காவின் பெயர் இல்லை" - சலீம்

சலீம் மற்றும் சதீஷை பார்த்து பெருமூச்சு விட்ட திவாகர்

"அமெரிக்காவில் உளவு வேலையில் இருந்தபோது நம் ஆள் ஒருவன் சொன்ன தகவலின் அடிப்படையில் நான் அங்கு கைது செய்யப்பட்டேன் சிறையில் இருந்து நான்கு வருடங்கள் போராடி தப்பித்தேன், சிறை வாழ்க்கை நிறைய நண்பர்களை தந்தது அதன் மூலமாக ஒரு தகவல் கிடைத்தது,

சில மாதங்கள் போராடி மற்ற நாடுகளில் சி ஐ ஏ வின் உளவாளிகள் பெயரும் அவர்களுக்கு அளிக்கப்படும் பணம் பற்றிய தகவல்கள் அனைத்தும் அடங்கிய புத்தகம் சில ஆவணங்களும் என்னால் கைப்பற்றப்பட்டது நான் சிறையில் செல்ல இருந்த

சில நாட்களுக்கு முன்னால் எடுத்த புகைப்படம்" என்ற திவாகர் வசந்தத்தை பார்க்க,

வசந்த் ஒர் புகைப்படத்தை மேசை மீது வைத்தான் அதில் ரங்கா மற்றும் மனோஜ் இருந்தார்கள் அவர்களுடன் சி ஐ ஏ வின் அமைப்பை சேர்ந்தவர்களும் இருந்தார்கள்

"ரங்காவின் பணம் மனோஜிடம் சென்றுள்ளது ஆகவே தான் ரங்காவின் பெயர் இல்லை"

தன்னிடம் இருந்த கத்தியால் ரங்காவின் தொடையில் இரு முறை குத்தினான் வலி தாங்க முடியாமல் அலறினான் ரங்கா

"சொல்லுடா உங்கள் செயல் திட்டம் என்ன"

"எதைப் பற்றி அவனிடம் கேட்கிற" என்ற சலீமை பார்த்த திவாகர்

"சலீம் அதை ரங்கா தான் சொல்ல வேண்டும் இந்தியாவிற்கு ஏதோ ஒரு பேராபத்து வந்து கொண்டிருக்கிறது அது என்னவென்று தான் தெரியவில்லை அதை இவர்கள் சொன்னால் தான் தெரியும்"

சலீம் தோளில் சதீஷ் கை வைத்து அமைதிப்படுத்தினார் ரங்கா உறுதியாக இருந்தான் எதுவும் சொல்வதாக இல்லை, வசந்திடமிருந்த பையில் இருந்து ஒரு கண்ணாடி குடுவையிலிருந்து ஆசிடை ரங்காவின் கால்களில் ஊற்றி விட்டான்

திவாகர் தன் கையில் இருந்த துப்பாக்கியை தயார் செய்தான்

"இதோ பார் நீ சாவ போறது உறுதி உண்மையை சொன்னால் ஒரே தோட்டாவில் உன்னை கொன்று விடுவேன் இல்லையென்றால் ரன கொடுமைப்படுத்தி உன்னை கொல்வேன் இதே நிலை உன் மனைவி மற்றும் உன் மகளுக்கும், இரண்டு வயதில் ஒரு மகன் இருக்கிறான் அல்ல அவனுக்கும் நடக்கும் அதுவும் உன் கண் முன்னாடியே" என்ற திவாகரை பார்த்து கதறினான் ரங்கா

வேண்டாம் வேண்டாம் என கதறினான் ரங்கா காலில் ஊற்றிய அசிட் கொப்பளித்து தோல் உருமாறி இருந்தது வலி பொறுக்க முடியாத ரங்கா மூச்சை ஒரு முறை இழுத்து விட்டு பேசத் தொடங்கினான்,

"ரமேஷ் முனுசாமியின் ஆராய்ச்சி வெற்றி பெற்றது இதை வைத்து இந்தியா வளர்வது சி ஐ ஏ விற்கு விருப்பம் இல்லை இது ஒரு வேலை இந்தியாவிடம் இருந்தால்

இந்தியாவை அமெரிக்க கட்டுப்பாட்டில் வைக்க இயலாது இதை தடுப்பதற்காக அந்தப் பென்டிரைவை திருட முயற்சி நடந்தது அது தோல்வியில் போய் முடிந்தது வெங்கடாசலம் பாதுகாப்பில் சென்றது அந்தப் பென்டிரைவ், அவர் இறந்துவிட்டார் அவரிடம் இருந்த டெசர்ட் ஈகிள் ஜூனியர் திவாகரின் வசமுள்ளது

திவாகரிடமிருந்து அதை தெரிந்து கொள்வது முடியாது அதுவும் இல்லாமல் சி ஐ ஏ வின் உளவாளிகள் குறிப்பு புத்தகத்தை திருடி விட்டான் இது இரண்டும் மிகப்பெரிய அச்சுறுத்தலாக இருக்கும்

அமெரிக்காவின் உளவாளிகள் உலகம் முழுவதும் இருக்கிறார்கள் அவர்கள் பற்றிய தகவல் திவாகரிடம் இருக்கிறது, இது மற்ற நாடுகளுக்கு தெரிந்தால் அமெரிக்கா அழியும் வாய்ப்பே உள்ளது

ஆனால் காலம் கடந்து விட்டது இப்பொழுது உங்களால் ஏதும் செய்ய முடியாத நிலையில் தான் இருக்கிறீர்கள் இந்திய அரசியலில் மிகப்பெரிய மாற்றம் நடக்கப் போகிறது"

என்ன சொல்ற ரங்கா புரியவில்லை அதிர்ச்சியுடன் கேட்டார்கள் சலீம் மற்றும் சதீஷ்

"இந்தியாவில் உள்ள ஐந்து நாடுகளின் முதலமைச்சர்கள் சி ஐ ஏ வின் அமெரிக்க உளவாளிகள் தான், கட்சியில் சிறு தொண்டனாக சேர்ந்து இன்று முதல் அமைச்சர்களாக உயர்ந்து விட்டார்கள், இந்த ஐந்து நாடுகளின் எம்பிகளின் கணக்கு 300 தொட்டுவிடும் சுலபமாக ஒர் அமெரிக்க உளவாளி இந்தியாவின் பிரதமராக பதவி ஏற்பார்

சரி என ஐந்து நாட்டு முதலமைச்சர்களை கைது செய்யலாம் என நீங்கள் நினைத்தால் உள்நாட்டு கலவரங்கள் நிகழும் ஒர் மிகப் பெரிய இனப்படுகொலையே நிகழ்த்தி முடிக்க ஏற்பாடுகள் தயாராக உள்ளது குறைந்தது இந்த உள்நாட்டு கலவரத்தில் 30 கோடி மக்கள் ஆவது இறந்து விடுவார்கள்"

மேலும் பேச முடியாமல் இரும்பினான் ரங்கா

"இன்னும் வேறு என்ன திட்டம் இருக்கிறது" - சதீஷ்

"இன்னும் புரியவில்லையா சதிஷ் அமெரிக்காவிற்கு எதிரான இந்திய உளவாளிகள் கொல்லப்படுவார்கள் நேர்மையான அதிகாரிகள் துரோகிகளாக அறிவிக்கப்பட்டு சிறை செல்வார்கள் அல்லது கொல்லப்படுவார்கள் முதலில் இறப்பது நீங்களாகத்தான் இருக்கும்"

என நக்களாக சிரித்துக்கொண்டு சொன்ன திவாகரை அதிர்ச்சியுடன் பார்த்தார் சதீஷ்

இந்தியாவை முழு கட்டுப்பாட்டில் கொண்டு வந்த பிறகு பொறுமையாக அந்த ஆராய்ச்சியை கண்டுபிடித்து அமெரிக்கா உலகை ஆளும்"

"இட் இஸ் செக் மேட் பார் இந்தியா" என சலீம் அதிர்ச்சியானார்

திவாகர் இன்னொரு கண்ணாடி குடுவையில் இருந்த ஆசிடை ரங்காவிற்கு அபிஷேகம் செய்துவிட்டான் ரங்கா துடித்து துடித்து வலி தாங்காமல் அலறி அலறி செத்து விட்டான் இதை வீடியோ பதிவு செய்தார் வசந்த் ரங்கா இறந்த பிறகு முகமூடி அணிந்து கொண்டு பேசத் தொடங்கினான் திவாகர்

"நாங்கள் ஈகிள் ஹேக்கர்ஸ் இந்திய பாதுகாப்பு சம்பந்தப்பட்ட அம்சத்தை நாங்கள் ஹேக் செய்யும் முயற்சியில் வெற்றி கண்டோம் அதில் ஓர் தகவல் அதிர்ச்சி அளிப்பதாக இருந்தது இந்திய அரசாங்கத்தில் வேலை செய்யும் ஆட்கள், சாதாரண மக்கள், சில பெரிய செல்வந்தர்கள் என நிறைய பேர் அமெரிக்காவின் உளவாளியாக இருப்பது தெரியவந்தது,

இந்தியாவிற்கு எதிரான செயல்களை நாங்கள் ஏற்க மாட்டோம் இந்தியாவின் துரோகிகள் இதே போல கொல்லப்படுவார்கள் ஜெய்ஹிந்த்"

"திவாகர் உன் திட்டம் என்ன"

குழப்பமான முகத்தோடு இருந்த சதீஷை பார்த்து

"இப்போது இருக்கும் சூழ்நிலையில் எப்படியும் சி ஐ ஏ உளவாளியான அந்த ஐந்து நாட்டு அமைச்சர்களை கைது

செய்தால் பல கலவரங்கள் நிகழும் ஆட்சி மாற்றம் நடக்கும் ஐந்து நாடுகளை சேர்ந்த எம்பிக்கள் சுலபமாக ஆட்சி அமைத்து ஒரு அமெரிக்க உளவாளி பிரதமராக பதவி ஏற்பார்,

முடிந்த வரை தடுக்கப் பார்ப்போம் நம்மால் சட்டப்படி முடியாமல் போகும்போது இந்த ஈகிள் ஹேக்கர்ஸ் மூலமாக அந்த ஐந்து நாட்டு முதல் அமைச்சர்களை கொன்று நிலைமையை நம் கட்டுப்பாட்டில் கொண்டு வர வேண்டும் நேரமாகிக் கொண்டே போகிறது மீதியை பாதுகாப்புத் துறை அமைச்சர் அலுவலகத்தில் பேசிக்கொள்ளலாம்,

பாதுகாப்பு துறை அமைச்சரிடம் ஈகிள் ஹேக்கர்ஸ் ரங்காவை கொன்றதாக சொல்லிவிடுங்கள் அந்த ஈகிள் ஹேக்கர்ஸ் பின்னால் நாம் இருக்கிறோம் என தெரிய வேண்டாம், பாதுகாப்புத் துறை அமைச்சர் இந்தியாவிற்கு சாதகமாக பேசினால் நம் இந்திய ரா வின் விதிகளின் கீழ் செயல்படலாம் ஒருவேளை ஆட்சியில் தலைமை மாற்றம் நிகழும் வாய்ப்பு இருந்தால் இகல் ஹேக்கர்ஸ் பெயரில் நாம் அனைவரும் செயல்பட வேண்டும்".

சதீஷ் மற்றும் சலீம் நல்ல யோசனை இதன்படியே நடக்கட்டும் ஆமோதித்தனர்

"சதீஷ் ராவின் கம்ப்யூட்டர்கள் ஹேக் ஆனதாக ஓர் பிம்பத்தை உருவாக்குங்கள்"

சரி என தலை அசைத்தார் சதீஷ்

"நம் நாட்டிற்கு துரோகம் செய்தவனை கொல்லத்தான் வேண்டும் அதற்காக இவ்வளவு கொடூரமாக வா" என்ற சலிம்மை பார்த்து தான் அணிந்திருந்த பேண்ட்டை முட்டி வரை உயர்த்தி காட்டினான் திவாகர்

அனைவரும் ஓர் நொடி அருவருப்பின் பக்கம் சென்று சோகத்தின் நிழலை அடைந்தனர்

"என் நேர்மைக்கு கிடைத்த பரிசு"

திவாகர் நீ ஒரு தலை சிறந்த வீரன் தான் மூவரும் சல்யூட் வைத்தனர்

"நீ இந்தியாவிற்கு கிடைத்த கார்டியன் ஏஞ்சல் காவல் தேவதை"

"நான் தேவதை இல்லை சாத்தான் இந்த சாத்தான் நன்மையின் பக்கம் இருக்கிறது" என்ற திவாகரை பார்த்த அனைவரும் பயந்து போனார்கள் ரங்காவின் உடலை அப்புறப்படுத்தும் வேலைகளை கொடுத்து விட்டு அங்கிருந்து கிளம்பினார்கள்.

வெளிவரும் சீரம் ருத்ராவின் ஆராய்ச்சி ரகசியங்கள்

பாதுகாப்புத் துறை அமைச்சர் அலுவலகம் முப்படை தளபதிகள் இந்தியன் பீரோ தலைமை அதிகாரி சலீம் இந்தியன் ரா தலைவர் சதீஷ் தமிழ்நாடு ரா தலைவர் வசந்த் திவாகர் மற்றும் சிலர் இருந்தார்கள்

சித்ரா அனைவரையும் பார்த்து பேச தொடங்கினார்

"நம் நாட்டின் பாதுகாப்பு மிகவும் ஆபத்தான நிலையில் உள்ளது நாம் இங்கே பேசுவது வெளியில் செல்லாமல் பார்த்துக் கொள்ளுங்கள்,

அமெரிக்காவின் சி ஐ ஏ அமைப்பினால் நம் நாட்டில் மிகப்பெரிய குழப்பங்கள் நடந்து உள்ளது அமெரிக்காவின் உளவாளிகள் நம் நாட்டில் இருப்பவர்களின் பட்டியல் கிடைத்துள்ளது அனைத்தையும் சரி பார்த்ததில் உண்மை என உறுதி செய்யப்பட்டுள்ளது

இந்தியாவில் 500க்கும் மேற்பட்டவர்கள் அமெரிக்க உளவாளிகளாக இந்தியாவிற்கு துரோகம் செய்துள்ளனர்

இந்தியாவிலுள்ள ஐந்து நாடுகளின் முதல் அமைச்சர்களும் அடக்கம்"

"நம் நாட்டு ஆராய்ச்சியாளர்கள் வகையான மிருகங்களை வைத்து செய்த ஆராய்ச்சி வெற்றியடைந்து விட்டது அதன் மூலம் ஒரு சாதாரண மனிதன் 100 பேரின் பலத்துடன் இருப்பான்.

நம் நாட்டிற்கு எதிரிகள் யாரும் இருக்க மாட்டார்கள் துரோகிகளால் திருடப்பட இருந்த அந்தப் பெண் டிரைவ் இப்போது எங்கே இருக்கிறது என்று சரியாக தெரியவில்லை அதனை

கண்டுபிடித்து நம் நாட்டின் வீரர்களுக்கு பயன்படுத்தும் நேரமும் வந்துவிட்டது" என்ற சித்ராவை கை அசைத்து நிறுத்தினார் பாதுகாப்பு துறை அமைச்சர் பின்னர்

முப்பது தளபதிகளை பார்த்து எல்லை பாதுகாப்பை பலப்படுத்துங்கள் எதிரி நாடுகள் எந்த நேரமும் போர் தொடுக்கும் அபாயம் உள்ளது நீங்கள் செல்லலாம்"

இப்போது அங்கே அமைச்சர் திவாகர் சதீஷ் சலீம் மற்றும் வசந்த், சித்ரா, திவாகர் மட்டுமே இருந்தனர்

"திவாகர் வெங்கடாசலம் இறந்த போது நீதான் உடன் இருந்தாய் அவர் உன்னிடம் இதைப் பற்றி ஏதும் சொன்னாரா"

"என்னிடம் இரண்டு விஷயங்கள் மட்டும் தான் கூறினார்

அவரின் மகளை நான் பாதுகாக்க வேண்டும் மயிலின் கீதம் எனக்கு மிகவும் பிடிக்கும் என்றார்"

"வெங்கடாசலத்தின் மகளை காப்பது இந்தியாவின் கடமை இப்போது அவளின் பாதுகாப்பு எப்படி உள்ளது" என்ற அமைச்சரை பார்த்த திவாகர்

"வெங்கடாசலத்தின் மகளின் பெயர் தேவி அவள் பாதுகாப்பாக இருக்கிறாள் சென்னையில் ஒரு ஐடி கம்பெனியில் வேலை செய்து கொண்டிருக்கிறாள் அங்கு வீரா என்னும் பெயரில் நான் கண்காணித்து பாதுகாப்பு அளித்து வருகிறேன் நானும் தேவியும் காதலித்து வருகிறோம், அதனால் அவளைப் பற்றி எந்த கவலையும் தேவையில்லை என்னை மீறி ஏதும் நடக்க முடியாது" என்ற திவாகரை பார்த்த அமைச்சர்

"அப்படி என்றால் தேவியின் அப்பாவை கொன்றது நீ தான் என அவளுக்கு தெரியுமா"

சில நொடிகள் அமைதியாக இருந்து இல்லை என தலையசைத்தான், அதைப் பார்த்த பாதுகாப்புத்துறை அமைச்சர்" இனி எதுவும் சுலபமாக நடக்க போகும் என தெரியவில்லை அது சரி மயிலின் கீதம் புரியவில்லையே அதை பற்றி கேட்டாயா"

"என் மகளிடம் பேசினால் தெரிய வரும் ஆனால் ஆபத்தான நிலை உருவானால் மட்டும் இதை வைத்து தொடங்கு நன்மையும் உண்டு என்றார்"

"வெங்கடாசலம் உனக்கு எவ்வளவு முக்கியமானவர் என்று எங்களுக்கு தெரியும் அப்படி இருக்கையில் அவரை கொன்று இருக்கிறாய் என நம்ப முடியவில்லை ஏன் திவாகர்"

"இது எனது சீனியர் வெங்கடாஜலத்தின் முடிவு ஆகும் அவர் தான் அப்படி செய்ய சொன்னார் என்னால் மறுக்கவும் முடியவில்லை அவரின் இறுதி ஆசையை நிறைவேற்றி விட்டேன்"

"வெங்கடாஜலத்தின் மனம் எனக்கு புரிகிறது இப்போது முக்கியமான விஷயத்திற்கு வருவோம்" என்ற அமைச்சர் மேலும் பேசத் தொடங்கினார்

"சில வருடங்களுக்கு முன்னால் நம் இந்திய அரசாங்கம் முதன்மையான சயின்டிஸ்ட்டுகளை அழைத்து ஒரு ஆராய்ச்சியை தொடங்கினார்கள் அது பலவகையான மிருகங்களின் டி என் ஏ வை வைத்து ஒரு சக்தியான மருந்து கண்டுபிடிக்க வேண்டும் என முயற்சி செய்து வந்தனர்,

அதன் மூலமாக மிருகங்களுக்கு இருக்கும் பலமும் வேகமும் மனிதனுக்கு வந்தால் எப்படி இருக்கும் என்று யோசனையில் தொடங்கியது அதில் ரமேஷ் முனுசாமி என்னும் முதன்மை சயின்டிஸ்ட் வெற்றியடைந்தார் அவர் பல வகையான மிருகங்களை ஒருங்கிணைத்து அதன் மூலமாக ஒரு ஊசியை தயார் செய்தார்,

அதற்கு பெயர் சீரம் ருத்ரா, முதலில் சீரம் ருத்ரா உருவாக்கப்பட்ட போது நிறைய சைட் எஃபெக்ட் இருந்தது, இப்போது ரமேஷ் முனுசாமி அதனை முழுமையாக சரி செய்து சீரம் ருத்ராவின் பைனல் ஃபார்முலாவை கண்டுபிடித்து விட்டார் என எதிரிகள் கண்டுபிடித்து விட்டனர் அதனால் தான் ரமேஷ் முனுசாமி கொல்லப்பட்டார்,

இப்பொழுது அந்த சீரம் ருத்ராவின் பைனல் ஃபார்முலா அடங்கிய பென்டிரைவ் திவாகரிடம் இருப்பதாக அவர்கள் நினைக்கிறார்கள் அதனை அபகரிக்க முடியாது என தெரிந்து, இந்தியா சுற்றியுள்ள நாடுகளை தூண்டி விட்டு போர் சூழல் உருவாக்கி விட்டனர் இந்தியாவை சுற்றியுள்ள நாடுகளுடன் போர் செய்வது மிகவும் கடுமையான ஒன்றாகும் நிச்சயமாக இது தோல்வியையத்தான் தரும்

என்ற பாதுகாப்புத் துறை அமைச்சரை பார்த்த ராவின் தலைவர் சதீஷ்

"ஒரு வேளை அந்த சிரம் ருத்ரா பைனல் ∴பார்முலாவை வைத்து இப்போது இந்தியாவிற்கு வர இருக்கும் ஆபத்தைக் காப்பாற்ற இயலுமா,

அப்படியே அந்த பென் டிரைவை நான் கண்டுபிடித்து விட்டாலும் அதனை ஊசியாக தயாரித்து நமது ராணுவ வீரர்களுக்கு சேர்ப்பதற்கு சில மாதங்கள் கூட ஆகலாம் இப்போது இருக்கும் அவசர நிலையில் இது எப்படி சாத்தியமாகும்" என்ற கவலையான முகத்தோடு இருந்த சதீஷை பார்த்த பாதுகாப்பு துறை அமைச்சர்

"இதுவரை சீரம் ருத்ரா ஆராய்ச்சி வெற்றி பெற்றது மட்டும்தான் உங்களுக்கு தெரியும் ஆனால் சீரம் ருத்ராவின் ஆராய்ச்சி சில மாதங்களுக்கு முன்னாலே வெற்றி பெற்றுவிட்டது, இதை யாருக்கும் தெரியாமல் மறைத்து விட்டோம், இன்னும் அதில் உள்ள குறைகளை சரி செய்வதாக பொய்யாக நடித்து வர செய்தோம் டெசர்ட் ஈகிள் வெங்கடாசலத்திடம் இந்த ஆராய்ச்சி வெற்றி பெற்றவுடன் இதன் உற்பத்தியை பெரும் அளவு செய்ய வேண்டும் என முடிவு செய்யப்பட்டது,

அதன்படி அவர் ஒரு உற்பத்திக் கூடம் அமைத்து விட்டார் ஆனால் அந்த உற்பத்தி கூடம் எங்கே என யாருக்கும் தெரியாது வெங்கடாசலம் மற்றும் உற்பத்தியில் வேலை செய்யும் நான்கு பேருக்கு மட்டும் தான் தெரியும் அந்த நான்கு பேர் உற்பத்தி கூடத்தை விட்டு வெளியே வர முடியாது அவர்கள் யாரையும் தொடர்பு கொள்ளவும் மாட்டார்கள் தொடர்பு கொள்ளவும் முடியாது நாம் போய் தான் அந்த உற்பத்தி கூடத்தை கண்டுபிடிக்க வேண்டும்,

அந்த உற்பத்தி கூடத்தில் நுழையும் வழி வெங்கடாஜலத்திற்கு மட்டுமே தெரியும் அவர் அதனை ஓர் விடுகதையாக உன்னிடம் சொல்லிவிட்டார், சி ஐ ஏ உளவாளிகள் நிறைய இருக்கிறார்கள் என தெரியவந்தது அவர்கள் பல அதிகார மட்டங்களில் ஊடுருவியுள்ளனர் அதனால் இதனை உற்பத்தி செய்வதற்கான சாத்திய கூறுகள் கிடையாது, உற்பத்தியை செய்தாலும் பின்னர் இவர்களே கூட்டு ராணுவ பயிற்சி என அமெரிக்காவிற்கு தாரை

வார்த்து விடுவார்கள் எனவே இதனை ரகசியமாக உற்பத்தி செய்ய திட்டமிட்டோம்" என கூறி பெருமூச்சு விட்டார் அமைச்சர்

இப்போது என்ன செய்வது என்றார் சலீம்

"சி ஐ ஏ விற்கு அந்தப் பென்டிரைவ் வேண்டும் அது கிடைக்கவில்லை என்றால் நமக்கு கிடைக்காமல் இருக்க என்ன செய்ய வேண்டுமோ அதற்கான வேலைகளை அவர்கள் செய்வார்கள்,

நம் எதிரிகளுக்கு தெரியாதது என்னவென்றால் இந்த ஆராய்ச்சி வெற்றியடைந்தது மட்டும்தான் அவர்களுக்கு தெரியும் ஆனால் இந்த சீரம் ருத்ரா உற்பத்தி நடந்து வருகிறது என அவர்களுக்கு தெரியவில்லை,

இது ஒன்று மட்டும் தான் நமக்கு சாதகமான விஷயம், சி ஐ ஏ மூலமாக பாகிஸ்தான், ஈரான், ஈராக், சவுதி, அரேபியா, சோமாலியா, சவுத் ஆப்பிரிக்கா, இலங்கை பேங்க் ஆப் பெங்கால் கடல் வழியாக பர்மா, மலேசியா, சிங்கப்பூர், ஆஸ்திரேலியா இவர்கள் அனைவரும் ஒரே நேரத்தில் நம்முடன் போர் தொடுக்கும் அபாயம் உள்ளது இந்த தாக்குதலை பயன்படுத்தி சீனாவும் நம்மை தாக்க நிறைய வாய்ப்புகள் இருக்கிறது,

எட்டு திசை தாக்குதல்களை இந்தியாவால் தடுக்க இயலாது இரண்டு நாட்கள் சமாளிக்க முடியும் இது நடக்கும்போது இங்கு உள்ள ஐந்து அமைச்சர்கள் மூலம் உள்நாட்டில் கலவரங்கள் நிகழும் இது ஓர் இனமே அழியும் வாய்ப்பும் உள்ளது கொடூரங்கள் நடந்து முடிந்தால் இந்தியா பழைய நிலைமைக்கு திரும்பி வர குறைந்தது 50 வருடங்களுக்கு மேலாகும்"

"இது எல்லாமே அந்த ஆராய்ச்சிக்காக இவ்வளவு போராட்டம் தேவையா" சலிமை பார்த்த அமைச்சர்

"சலீம் உங்களுக்கு இந்த ஆராய்ச்சியின் தீவிரம் புரியவில்லை இது எந்த நாட்டின் கைவசம் இருக்கிறதோ அவர்களே ராணுவ சக்தியில் முதல் நாடாக இருப்பார்கள்

இந்த சீரம் ருத்ரா ஊசியை ஒரு வீரனுக்கு செலுத்தினால் 48 மணி நேரத்திற்கு அதன் சக்தி இருக்கும் அவனை துப்பாக்கியால் சுட்டால் அவன் வேகத்திற்கு சுலபமாக அந்த தோட்டாவை

விட்டுத் தள்ளிப் போய் விடுவான் கன்னிவெடி மீது கால் வைத்து ஓடினாலும் அது வெடிப்பதற்கு முன்னே 6 அடிகள் தள்ளி ஓடிக்கொண்டிருப்பான்,

இது போன்று சில நூறு ராணுவ வீரர்கள் போதும் ஒரு தேசத்தின் ராணுவத்திற்கு சமமாவார்கள்,

இவர்களின் வேகத்திற்கு குறி வைத்தும் சுட முடியாது

ஒரு யானையை தூக்கும் வல்லமை இருக்கும்,

இது போன்ற ஒரு ராணுவ பலம் இந்தியாவிடம் இருந்தால் எல்லை நாடுகள் பயந்து ஒதுங்கி விடுவார்கள், சில அரபு நாடுகள் அமெரிக்காவின் அடிபணிந்து நடக்க விரும்பாமல் இந்தியாவின் உதவி கேட்டால் டாலரில் கச்சா என்னை விற்பது தடைப்படும்,

இது ஒன்றே அமெரிக்காவின் மிகப்பெரிய இழப்பு ஆகும், இதனை அவர்கள் விரும்ப மாட்டார்கள் அந்த ஆராய்ச்சியை தடுக்க வேண்டும் இப்போது அந்த ஆராய்ச்சி பார்முலா அவர்களுக்கு வேண்டும், இல்லை யாருக்கும் கிடைக்கக்கூடாது,

இதைப் பற்றி தெரிந்தவர்கள் சீனியர் வெங்கடாசலம் அவர் இறந்துவிட்டார், பென் ட்ரைவ் இப்போது திவாகரிடம் உள்ளதாக அவர்கள் நினைக்கிறார்கள்

திவாகரைக் கொன்று அந்தப் பென்டிரைவை அடைவது அவர்களது திட்டம்,

எல்லை நாடுகளில் உள்ள அனைத்து இந்திய உளவாளிகளும் நான் மேலே கூறிய நாடுகள் போர் தொடுக்க தயாராகுவது உறுதி செய்யப்பட்டது, இன்னும் 24 மணி நேரத்தில் அனைத்து நாடுகளும் போர் தொடங்கிவிடும் உள்நாட்டு கலவரங்களும் தொடங்கும்,

திவாகர் உனக்கு 48 மணி நேரம் உள்ளது உற்பத்தி கூட்டத்தை கண்டுபிடித்து அந்த சீரம் ருத்ரா ஊசிகளை நம் ராணுவ வீரர்களுக்கு சேர்க்க வேண்டும் இந்தியா அழிவு பாதையில் செல்வதை தடுக்க வேண்டும்"

"கண்டிப்பாக என்னால் முடிந்த அனைத்தையும் நான் செய்வேன்" என்ற திவாகரை பார்த்து நம்பிக்கையுடன் புன்னகைத்தார் அமைச்சர்

"அடுத்து என்ன செய்ய வேண்டும்"

"சதீஷ் நம் நாட்டில் உள்ள உளவாளிகளை கைது செய்யுங்கள் விசாரித்து தகவல் பெற்று கொன்றுவிடுங்கள்"

"ஐந்து நாட்டு முதலமைச்சர்களை என்ன செய்யலாம்" என்ற சலிமை பார்த்த அமைச்சர்

"சலீம் அவர்களும் சாக வேண்டியவர்கள் தான் அதில் நம் பெயரால் நடக்கக்கூடாது அதற்கு என்ன செய்ய வேண்டுமோ செய்து கொள்ளுங்கள் ஐந்து முதல்வர்கள் மீது கை வைப்பதற்கு முன்னால் அந்த ஊசிகள் நம் வீரர்களுக்கு வர வேண்டும் அப்போதுதான் கலவரங்களை கட்டுப்படுத்தி சமாளிக்க முடியும் அடுத்த 24 மணி நேரத்தில் நான் பதவியில் இருப்பேனா இல்லையா என்பதை எனக்கு தெரியாது நான் பதவியில் இருந்தால் சட்டப்படி செய்யுங்கள் ஒருவேளை என் பதவி பறிக்கப்பட்டு விட்டால்" இடைவெளி விட்டு நன்றாக மூச்சை இழுத்து விட்டவர்

"ஒன்று மட்டும் நினைவில் வைத்துக் கொள்ளுங்கள் நாம் இந்திய அரசாங்கத்திற்கு பணிபுரிகிறோம் அதனை ஆள்பவர்களுக்கு இல்லை அதன்படி நடந்து கொள்ளுங்கள் பாரதமாதா நம்மை காப்பாற்றட்டும் ஜெய்ஹிந்த்" என புறப்பட்டுச் சென்றார் அமைச்சர்

"சரி நம் வேலையை ஆரம்பிக்கலாமா"

"சலீம் அதற்கு முன்னர் உங்கள் குடும்பங்களை பாதுகாப்பான இடத்திற்கு மாற்றி விடுங்கள்"

"திவாகர் உன்னிடம் இருக்கும் பென் டிரைவில் என்ன உள்ளது"

"அதில் ஒன்றுமில்லை எதையோ திறக்கக்கூடிய சாவி கோடிங் செய்யப்பட்டுள்ளது"

"வசந்த் மணிகண்டனை விசாரித்து தகவல் சொல்லுங்கள்" விசாரித்துக் கொண்டிருக்கிறோம் திவாகர், இன்னும் சில மணி நேரத்தில் அனைத்தும் உண்மைகளும் தெரிந்து விடும் அனைவரும் கலைந்து சென்றனர், சென்னை வந்து சேர்ந்த திவாகர் எங்கிருந்து தொடங்குவது என யோசித்தான்.

பூவிற்குள் மறைந்திருக்கும் பூகம்பம், தேவி

வீரா என்கிற திவாகர் தலைவலியாக இருப்பதால் டீ போட்டுக் கொண்டிருந்தான் கதவு தட்டப்பட்டது யார் என்று பார்த்தால் தேவி

"வாங்க தேவி நானே உங்களிடம் நிறைய முக்கியமான விஷயங்கள் வேண்டும் என்று தான் இருந்தேன் இருங்க உங்களுக்கு டீ எடுத்துக்கிட்டு வருகிறேன்"

"நீங்க இருங்க வீரா நான் டீ போட்டு எடுத்து வரேன்" என்றவள்

சமையல் அறை சென்று விட்டாள், ஆனால் அவள் முகம் வழக்கத்திற்கு மாறாக அந்தக் கண்கள் என்னை பார்க்கும் போது காதலாக இருக்கும் இப்போது கோபமாக இருப்பது போல் தெரிகிறது என யோசித்தான் வீரா கையில் டீயோடு வந்தவள் வீராவிடம் ஒரு டீயை கொடுத்தாள் இருவரும் அமைதியாக டீயை குடித்துக் கொண்டு இருந்தார்கள் இரு நிமிடங்கள் கழித்து

"என்ன விஷயமாக பார்க்க வந்தீங்க தேவி"

"சும்மா தான் உங்களை பார்க்க வந்தேன்"

கோபமாக இருக்கிறாள் என யோசித்தபோது தான் விபரீதம் புரிந்தது

டீ யில் ஏதோ மயக்கம் தரக்கூடிய ஒன்று கலந்திருப்பதாக உணர்ந்தான் மயக்கம் தள்ளியது

"ஏன் இப்படி செஞ்ச" வீரா சொல்லி முடிக்கும் முன்னரே அவன் கன்னத்தில் அறைந்தாள் மீண்டும் ஒருமுறை அறைந்தாள்,

அறைந்த வேகத்திற்கு தன் கை வலி தாங்காமல் கையை உதறிக் கொண்டாள் தேவி

வீராவின் கன்னம் சிவந்திருந்தது

"நீ யார்"

" நான் வீரா" என முடிக்கும் முன்னர் மீண்டும் அறைந்தாள் தேவி

"உண்மையில் நீ யார் என்னிடம் ஏன் வந்தாய் நான் வேலை செய்யும் இடத்தில் இருக்கிறாய், என்னை உன் வீட்டில் எதிரில் தங்க வைத்தாய், என்னை உன் வளையத்தில் கொண்டு வர முயற்சி செய்கிறாய், நீ கொடுத்த கார் புல்லட் ப்ரூப் கண்ணாடியோடு இருக்கிறது"

"தப்பா நினைக்காதீங்க உங்க பாதுகாப்பு முக்கியம் அதற்காகத்தான் இதை செய்கிறேன்"

"பொய் சொல்லாத உன் பெயரே பொய் உன் அடையாளம் போலி நான் சரி பார்த்து விட்டேன் நீ யார் தீவிரவாதியா"

"உங்கள் மனதை கொள்ளையடிக்க வந்த தீவிரவாதி"

வீராவின் வாயிலேயே ஒரு குத்து விட்டாள் உதடுகளில் ரத்தம் வழிந்தது

"நீ மணிகண்டனை கடத்துவதை நான் பார்த்து விட்டேன்"

"கடத்தவில்லை கைது செய்யப்பட்டான் அவன் மீது சந்தேகம் உள்ளது விசாரிப்பதற்காக கூட்டிச் சென்றோம்"

வீராவின் கைப்பேசி அழைத்தது அன்னோன் நம்பர் என வந்தது

"யார் அழைப்பது என்றாள்"

"பேசினால் தெரியப்போகிறது"

கைபேசியை ஆன் செய்து ஸ்பீக்கரில் மாற்றினாள் எதிரில் பேசியது வசந்த்

"நான் வசந்த் பேசுகிறேன்"

"சொல்லுங்கள்" வீராவின் வாய் உளறியது

"மணிகண்டனை விசாரித்து விட்டோம் அவன் வேலை செய்யும் இடத்தில் தான் டெசர்ட் ஈகிள் சீனியர் வெங்கடாசலத்தின் மகள் வேலையில் இருப்பதாக சொன்னான், பென் டிரைவ் தேடி வந்துள்ளார்கள் தேவியிடம் இருக்கும் வாய்ப்புள்ளதாக நினைக்கிறார்கள் அந்தப் பென்டிரைவ் கிடைத்தாலும் கிடைக்காவிட்டாலும், தேவி மற்றும் டெசர்ட் ஈகிள் ஜூனியர் திவாகர் ஆகிய உங்களையும் கொலை செய்ய முடிவு செய்யப்பட்டுள்ளது"

"வேறு ஏதும் செய்தி உள்ளதா"

"டெசர்ட் ஈகிள் ஜூனியர் திவாகர் தான் வீரா என்னும் அடையாளத்தில் இருப்பதை கண்டுபிடித்து விட்டார்கள், உங்கள் இருவர் உயிருக்கும் ஆபத்து உள்ளது உங்களை கொல்ல ஆட்கள் அனுப்பி உள்ளதாக தகவல் உறுதியானது, நம் ஆட்களை அனுப்பி விட்டேன் 20 நிமிடங்களில் உங்களை சந்திப்பார்கள்"

என்று கூறிய வசந்த் இணைப்பைத் துண்டித்தார்

தேவி குழப்பமான நிலையில் இருந்தாள்

"அப்போ நீங்க டெசர்ட் ஈகிள் ஜூனியர் திவாகரா"

"ஆமாம் நான் தான் திவாகர் டெசர்ட் ஈகிள் ஜூனியர், வீராவாக உன்னை பாதுகாக்க உன்னை சுற்றி வருகிறேன், உன் அப்பா என்னைப் பற்றி சொல்லவே இல்லையா"

"உன் பெயர் திவாகர் அப்பாவோட உயிரை நான்கு முறை காப்பாற்றியது அதில் இரு முறை உன் நெஞ்சில் தோட்டா வாங்கியது தெரியும்"

அருகில் வந்த தேவி அவன் சட்டையை கிழித்தாள் திவாகரின் நெஞ்சில் இரண்டு தோட்டா பாய்ந்த தழும்பு இருந்தது

"இப்போது நம்புகிறாயா"

ஆம் என்று தலை அசைத்தாள் தேவி

"வேறு ஏதும் என்னை பற்றி தகவல் சொல்லவில்லையா"

"எகிப்து பாலைவனத்தில் மாட்டி உன்னால் தான் அங்கிருந்து தப்பியது, ஐந்து வருடங்களுக்கு முன்னால் நீ அமெரிக்கா சென்று திரும்பிய உடன் உன்னுடன் திருமணம் என்றார் பிறகு அதை பற்றி பேசவில்லை"

"நாம் ரொம்ப நேரம் இங்கே இருக்க முடியாது நம்மை கொல்ல ஆட்கள் வருகிறார்கள்"

தள்ளாடியபடியே அந்த டிவி அருகே திவாகர் டிவியின் மேல் உள்ள தகடை பிரித்தான் உள்ளே பல துப்பாக்கிகள் இருந்தன அவனுக்கு பிடித்த இரண்டு துப்பாக்கிகளிலும் குண்டுகள் உள்ள மேகசினை பொருத்தினான்,

மேற்கொண்டு நான்கு மேகசினை எடுத்து சட்டை பையில் பொருத்திக் கொண்டான் மூன்றாவதாக ஒரு துப்பாக்கியை தயார் செய்து தேவியிடம் கொடுத்தான்

இன்னும் டியில் மயக்கத்தில் இருந்து மீளாமல் இருந்தான் குளறியபடியே

"உனக்கு சுட தெரியுமா"

தேவி பதிலளிக்க தொடங்கிய வேலை துப்பாக்கி வெடிக்கும் சத்தம் கேட்டது அந்த நொடி தேவியை சோபாவின் பின்னால் மறைந்து கொண்டான் திவாகர்,

வந்தவர்கள் சரமாரியாக முன் கதவை சுட்டுக் கொண்டிருந்தார்கள் கதவு தன் பலத்தை கொஞ்சம் கொஞ்சமாக இழந்து கொண்டிருந்தது,

திவாகர் தனது துப்பாக்கியை எடுத்தான் கைநழுவி கீழே விழுந்தது டியின் மயக்கம் வெகுவாக இருந்தது, "தேவி வலது பக்கம் அறைக்கு செல்லுங்கள் உள்ளே அலமாரியில் என் உயிர் நீயடி என்னும் புத்தகத்தை வெளியே எடுத்தால் ஒரு ரகசிய பட்டன் இருக்கும் அதை அழுத்தினால் ரகசிய வழி திறக்கும் அதன் வழியாக சென்றால் கார் இருக்கும் தப்பி விடுங்கள்" முன் வாசல் முற்றிலுமாக உடைந்தது

திவாகர் மெதுவாக எட்டிப் பார்த்தான் நான்கு பேர் உள்ளே நின்று இருந்தார்கள் வெளியே இரண்டு பேர் தயாராக இருந்தார்கள், அவர்களை நோக்கி துப்பாக்கியை நீட்டினான் திவாகரின் மயக்கம்

குறையாமல் இருக்க, அதனால் துப்பாக்கியை கூட சரியாக குறி பார்க்க முடியவில்லை அப்போது அந்த நான்கு பேர் பார்வையும் திவாகரின் பக்கம் இல்லாமல் தேவியின் பக்கம் இருந்தது.

ஒருவர் பின் ஒருவராக நெற்றிப்போட்டில் தோட்டா தெறித்து விழுந்தனர் வாசல் வெளியே இருந்த இருவரும் உள்ளே வர நினைப்பதற்குள் அவர்கள் நெற்றிலும் தோட்டா இறங்கியது தேவியின் பக்கம் திரும்பினான் திவாகர்

தேவி துப்பாக்கியை வாசல் நோக்கி நீட்டியபடி நின்று கொண்டிருந்தால் நொடிக்கும் குறைவான நேரத்தில் துப்பாக்கியில் அடுத்த மேகசினை பொருத்தி அடுத்து வருபவர்களை சுடத் தயாராக இருந்தாள் "என்கிட்ட என்னமோ கேட்டியே"

"நீ வெங்கடாசலத்தின் மகள் என்பதை மறந்து தெரியாமல் சுட தெரியுமா என்று கேட்டுவிட்டேன், உன் அப்பா இத பத்தி என்கிட்ட எதுவுமே சொல்லல முதல்ல இங்க இருந்து கிளம்பனும் மீதியை கார்ல போகும் போது பேசிக்கலாம்"

அங்கிருந்து சிகப்பு காரில் கிளம்பினார்கள்

"உன்னால் இப்போது கார் ஓட்ட முடியுமா ?

"இப்போது பரவாயில்லை தலை மட்டும் வலிக்கிறது"

"ஒரு டீ குடிக்கிறியா"

"ஏம்மா இப்படி பண்றீங்க ஒருவாட்டி உன் டிய குடிச்சதுக்கு என்ன பண்ண முடியுமோ அதை சிறப்பா செய்து விட்டாய்"

"அது உன்னை தப்பா நினைத்துக் கொடுத்தது இது நல்ல டீ தான்"

பிளாஸ்கிலிருந்து கொஞ்சம் டீ ஊற்றி கொடுத்தாள் டீ பருகியபடியே கார் சிறி பாய்ந்தது

"எப்படி இவ்வளவு திறமையா சுட கத்துக்கிட்ட எனக்குத் தெரிந்த வகையில் திறமையாக நெற்றிப்பொட்டில் துப்பாக்கியால் சூடும் ஆட்கள் நான், வெங்கடாசலம் மட்டும் தான் இந்தியாவில் இருக்கிறோம் என நினைத்துக் கொண்டிருந்தேன் என்னை விட உன் திறமை ரசிக்கும் வகையிலும் பெருமையாகவும் இருக்கிறது.

நாலு நொடியில் ஆறு பேரை நெற்றிப்பொட்டில் சுட்டு இருக்கே என்னை கவர்ந்து விட்டாய்"

"என்னைப் பற்றி உன் அப்பா உன்கிட்ட எதுவும் சொல்லலையா எதுவுமே தெரியாத மாதிரி கேக்குற"

"உன் அப்பாவும் நானும் என்னதான் ரொம்ப நெருக்கமா பழகி இருந்தாலும் உன்ன பத்தி அவர்கிட்ட பேசும்போது கொஞ்சம் பயமா இருக்கும் காதலிக்கும் பொண்ணோட அப்பா கிட்ட உன்ன பத்தி நான் என்ன கேட்க முடியும் அப்படியே நான் எதுவும் கேட்டாலும் நீயே போய் கேட்டு தெரிஞ்சுக்க சொல்லிடுவாரு"

திவாகர் கூறியதை கேட்டு ஏளனமாக சிரித்த தேவி பின் வருமாறு பேசத் தொடங்கினாள்

"பள்ளி படிப்பு முடித்தவுடன் முழு நேர தற்காப்பு கலையை பயிற்சி செய்து வந்தேன், பகுதி நேரமாக தான் பட்டப்படிப்பு முடித்தேன் அதை மட்டும் இல்லாமல் ராணுவத்தில் மூன்று வருடங்கள் வேறு ஒரு பெயரில் பணியாற்றினேன் துப்பாக்கி சூடும் திறமையை வளர்த்து கொண்டேன், என் அப்பாவின் ஆசைப்படி ராணுவத்தில் இருந்து விலகி தேவியாக இங்கே இருக்கிறேன்"

ஆச்சரியமாக பார்த்தான் திவாகர்

"வேறு ஏதும் திறமைகளை மறைத்து வச்சிருக்கியா"

"கொஞ்சமா ஹேக்கிங் பற்றியும் கத்து வச்சிருக்கேன் அதை வச்சுத்தான் வீரா என்கிற பெயர் போலி என கண்டுபிடிச்சேன்"

வெங்கடாசலம் விட்டுச்சென்ற குறிப்புகள்

சீனியர் வெங்கடாசலம் இதெல்லாம் என்கிட்ட சொல்லவே இல்ல என்ற திவாகர் கண்ணாடி வழியாக பார்க்க நான்கு கார்கள் துரத்தி வந்தன, தேவியும் பின்னால் வரும் கார்களை கண்ணாடி வழியாக பார்த்தாள் துப்பாக்கியை தயார் செய்து கொண்டார்கள்

"இந்த கார் கண்ணாடி குண்டு தொலைக்காதது கவலை இல்லை"

"எதற்காக நம்மை கொல்ல துரத்துகிறார்கள் வீரா இல்லை திவாகர் என்ன சொல்லி கூப்பிடுவது வீராவா திவாகரா?"

திவாகர் என்னும் பெயரை சிறப்பு தான் இந்த பெயரில் தான் உன்னை முதன் முதலில், இப்போது அதைப் பற்றி பேச வேண்டும் நீ தெரிந்து கொள்ள வேண்டியது இன்னும் நிறைய இருக்கிறது"

சீரம் ருத்ரா பற்றி சொன்னான்

"நாம் அந்த ஆராய்ச்சி கூடம் எங்கே இருக்கு என்று கண்டுபிடிக்க வேண்டும் நம் எதிரிகளுக்கு உற்பத்தி செய்வது தெரியாது, ஆனால் பார்முலா அடங்கிய பென்டிரைவ் என்னிடம் உள்ளதாக நினைக்கிறார்கள் நம்மை கொள்ள வருகிறார்கள் அவர்களைப் பொறுத்தவரை நம்மை கொன்றுவிட்டால் அந்த ஆராய்ச்சி யாருக்கும் தெரியாமல் போய்விடும், இப்போது பல லட்சம் உயிர்களை காப்பாற்றும் பொறுப்பு நம்மிடம் உள்ளது"

கார் தேசிய நெடுஞ்சாலையை தொட்டதும் நான்கு கார்களின் வேகம் கூடிக் கொண்டே இருந்தது, திவாகர் தான் ஓட்டிய காரை திருப்ப அந்தக் கார் அரை வட்டம் அடித்து, துரத்தி வந்த நான்கு கார்களின் முகத்தோடு முகம் பார்த்து பின்னால் சென்று

கொண்டிருந்தது வேகத்தில் எந்த குறைவும் ஏற்படவில்லை திவாகரின் கார் மின்னல் வேகத்தில் செல்ல நான்கு கார்களில் இருந்தவர்கள் சுடுவதற்கு தயாராக இருந்தார்கள்,

"என்ன பண்றீங்க இப்ப எதுக்கு வண்டியை பின்னோக்கி ஓட்டிட்டு போறீங்க எதிரில் வருகிறவர்கள் நம்ம முகத்திலேயே சுடவா"

"தேவி திரும்பத் பார்த்து சுட்டா கழுத்து வலிக்கும் அதுதான் வசதியா இருக்கட்டும்னு ரிவர்ஸில் ஓட்டிக் கொண்டிருக்கிறேன் இருக்கேன்"

நேராக வந்த நான்கு கார்களும் இரண்டாகப் பிரிந்து வந்தன வீரா தனது துப்பாக்கியால் வலது பக்கம் இருக்கும் டிரைவரை சுட்டான், தேவி தன் பங்கிற்கு இடது பக்கம் இருக்கும் டிரைவரை சுட்டாள் முன்னாள் வந்து இரு கார்களும் கவிழ்ந்தது,

அதன் பின்னால் வந்த இரு கார்களும் இடித்து நின்றது திவாகர் தேவியிடம் இரண்டு வெடிகுண்டுகளை கொடுத்தான் திவாகர் கவிழ்ந்து கிடந்த காரை நோக்கி வேகமாக ஓட்டினான், கார்களின் தாண்டும் போது வெடிகுண்டுகளை அந்த நான்கு கார்களின் உள்ளே வீசி சென்றார்கள்,

திவாகர் வேகமாக தன் காரை அரை வட்டம் அடித்து திருப்பினான் அப்போது அந்த நான்கு கார்களும் வெடித்து சிதறியது அந்த நெருப்பு பிழம்பிலிருந்து மற்றொரு நெருப்பு சூரியனாக திவாகரின் கார் சீறிப்பாய்ந்து சென்றது,

கைபேசியை எடுத்தான் "எங்கே இருக்கிறாய் சீக்கிரம் வா" என்ற திவாகர் சில மெசேஜ்களை அனுப்பினான்

காரின் வேகத்தை கூட்டினான் சிறிது தூரம் சென்ற கார் ஒரு பாலத்தின் அடியில் போன பொழுது ஒரிடத்தில் அவசரமாக நின்றது, தேவியும் வீராவும் இறங்கினார்கள் காரின் அருகில் இருந்த ஒருவன் அந்தக் காரை எடுத்துக் கொண்டு கிளம்பினார், தேவியின் வீராவும் அந்த பாலத்தின் ஓரத்தில் இருந்த ஒரு தூணுக்கு பின்னால் மறைந்து கொண்டார்கள், சில நிமிடங்களில் நான்கு கார்கள் ஒன்றன்பின் ஒன்றாக விரைந்து சென்றன

இந்த நான்கு கார்களும் நம்மை துரத்தி வருவதா என்ற தேவியை பார்த்து ஆம் என்பது போல் தலை அசைத்தான்

சில நிமிடங்கள் கழிய தூரத்தில் ஒரு கவர்மெண்ட் எஸ் சி டி சி பஸ் வருவது தெரிந்தது, திவாகர் தேவியின் கையை பிடித்து ரோட்டின் ஓரத்தில் வந்து நின்றான் அந்த பஸ் இந்த இருவரின் அருகில் வந்து நின்றது, பஸ்ஸில் இருந்த கண்டக்டர் கதவை திறந்து விட இருவரும் உள்ளே நுழைந்தனர் உள்ளே போன தேவி அதிர்ச்சியானாள்

கவர்மெண்ட் பஸ் வெளியே பார்க்க சாதாரணமாக தெரிந்தாலும் உள்ளே சகல வசதியும் கொண்டதாக இருந்தது உள்ளே பயணிகள் எவருமே இல்லை உள்ளே இருந்த அமைப்புகள் ஒரு பி எச் கே பிளாட்டில் இருப்பது போல அமைப்பில் இருந்தது

"தேவியை பார்த்த திவாகர் இப்போதைக்கு நம்மை துரத்தி வருவர்களை திசை திருப்பி விட்டோம் யாருக்கும் சந்தேகம் வராமல் இருக்கத்தான் இது போன்ற ஒரு கவர்மெண்ட் பஸ்சை உருவாக்கியிருக்கிறேன்"

"இப்போது என்ன செய்வது" தேவியை பார்த்து பெருமூச்சு விட்ட திவாகர்

"தேவி அந்த உற்பத்தி கூட இருக்கும் இடத்தை கண்டுபிடிக்க வேண்டும் உன் அப்பா என்னிடம் கொடுக்க சொல்லி எதும் தரவில்லையா"

"அப்படி ஏதும் தரவில்லை நன்றாக யோசித்துப் பார் அவசர நேரத்தில் உதவும் என எதுவும் கொடுத்தாரா, சொன்னாரா"

"என் அப்பாவிடம் பேசி இரண்டு வருடங்கள் ஆகிறது"

"அந்த உற்பத்தி கூட இருக்கும் இடம் உன் தந்தையை தவிர யாருக்கும் தெரியாது சில மாதங்களுக்கு முன்னால் உன் பாதுகாப்பை பலப்படுத்த சொன்னார் அதனால் தான் உன்னை சுற்றி இருந்தேன்,

இப்படி ஒரு உற்பத்தி கூடம் இருப்பதும் அதை நம் இருவரால் மட்டும் தான் அதை கண்டுபிடிக்க முடியும் என்பதை அவர் முன்னேறே திட்டம் போட்டு இருப்பார்"

"உன்னிடம் ஏதாவது சொல்லி இருக்காரா"

"ம்ம்... தேவி, 'மயிலின் கீதம் பிடிக்கும்' என சொல்லி இருக்கிறார்"

சிறிது குழப்பத்திற்குப் பிறகு பிரகாசமாக மாறியது தேவியின் முகம்

"என் அம்மாவின் பெயர் ராணி மயூரம், மயூரம் என்றால் மயில் என அர்த்தம் உள்ளது அம்மா பாடுவது ரொம்ப பிடிக்கும் என சொல்லி இருக்கிறார்"

"அப்போ உன் அம்மா உயிரோடு இல்லை உன் அம்மா சம்பந்தப்பட்ட ஏதாவது உன்கிட்ட இருக்கா"

"ஒரே ஒரு புடவை மட்டும் தான் உள்ளது 4 மாதங்களுக்கு முன்னால் எனக்கு அனுப்பி வைத்தார்"

"இப்போது அந்த புடவை எங்கு உள்ளது"

"என் துணி எல்லாம் இருக்கும் பெட்டியில் தான்"

"அந்தப் பெட்டி இங்கு தான் உள்ளது"

அந்த பெட்டியில் இருந்து புடவையை மேசையில் வைத்தான் பிரித்துப் பார்த்தனர் அழகான புடவை ஜரிகை மின்னிய ராஜபட்டு

"பலமுறை பார்த்தும் ஏதும் இல்லை"

"ஏதோ இருக்கிறது நாம் இன்னும் அது தெரியும்படி பார்க்கவில்லை"

என்ற திவாகர் ஓர் சிறிய டார்ச் லைட்டை எடுத்து புடவையில் ஒவ்வொரு இடமாக வெளிச்சம் அடித்து பார்த்தான்,

குறிப்பிட்ட இடத்தில் நிறைய எண்கள் இருந்தது நிறைய வரிகள் இரண்டு எண்களாக இருந்தது"

"ஒரு வழியாக கண்டுபிடித்து விட்டோம்"

"ஒன்றும் புரியவில்லை இது என்ன நம்பர்கள் திவாகர்"

இந்த புடவையில் இருக்கும் எண்கள் சைபர் ரகசிய குறியீடு இந்த இரண்டு எண்களும் ஏதாவது ஒரு பாட்டு கவிதை அல்லது ஏதாவது தலைவர்கள் பேசிய உரையாக இருக்கும்,

இதில் உள்ள முதல் எழுத்து எந்தப் பக்கம் என்பதை குறிக்கும், இரண்டாம் எழுத்து எந்த வரி என்பதை குறிக்கும், மூன்றாம் எழுத்து அந்த வரியில் எந்த எழுத்து என்பதை குறிக்கும், அனைத்தையும் சேர்த்தால் ஒரு வாக்கியம் வரும் இந்த புடவையில் இரண்டு எண்கள் இருக்கிறது.

அப்படியானால் இது ஒரு பக்கம் உள்ள பாடல் அல்லது கவிதையாக இருக்கலாம் ஒரு பிரபலம் பேசிய உரையாக இருக்கலாம் "ஒரு பக்கத்தில் இருக்கும் எண்களை தனியாக எழுதத் தொடங்கினார்கள் முடித்த பின்னர்.

என்ன பாட்டு அந்த ஒரு பக்கமுள்ளது என்ன என்பதை யோசித்துக் கொண்டிருந்தார்கள்.

" அப்பா மயிலின் கீதம் பிடிக்கும் என்றார் மயில் என்பது நம் தேசியப் பறவை தேசிய கீதம் ஒரு பக்க பாடலாக இருக்கும்" - தேவி

ஜன கன மன என தேசிய பாடலை இந்த வரிகளோடு ஒப்பிட்டுப் பார்த்தனர் தவறாக இருந்தது வேறொரு பாடல் என தெரிந்தது

"மயிலின் கீதம் பிடிக்கும் என்பது நாம் இப்படியும் புரிந்து கொள்ளலாம் வெங்கடாசலம் கொடுத்துள்ள குறிப்பில் மயில் என்பது உன் தாயைத்தான் குறிக்கிறது அம்மாவின் கீதம், தாயின் கீதம் ஒரு பக்க பாடல்.

உன் அம்மா பிறந்தது எங்கே"

"தமிழ்நாட்டில் சேலம் அருகே"

"இப்படியும் சொல்லலாம் தமிழ் நாட்டில் பிறந்த தாயின் கீதம் என்றால், தமிழ் தாய் வாழ்த்து இதை வைத்து முயற்சி செய்யலாம்" என தமிழ் தாய் வாழ்த்து பாடலை ஒரு பேப்பரில் எழுதினார்கள்

நீராருங் கடலுடுத்த நிலமடந்தைக் கெழிலொழுகும்

சீராரும் வதனமெனத் திகழ்பரதக் கண்டமிதில்

தெக்கணமும் அதிற்சிறந்த திராவிடநல் திருநாடும்

தக்கசிறு பிறைநுதலும் தரித்தநறுந் திலகமுமே!

அத்திலக வாசனைபோல் அனைத்துலகும் இன்பமுற

எத்திசையும் புகழ்மணக்க இருந்தபெருந் தமிழணங்கே!

தமிழணங்கே!

உன் சீரிளமைத் திறம்வியந்து செயல்மறந்து வாழ்த்துதுமே!

வாழ்த்துதுமே!

வாழ்த்துதுமே!

புடவையில் இருந்த எண்களை தனியாக எழுதி வைத்திருந்தார்கள் அதில் வார்த்தையை எழுதத் தொடங்கினார்கள்

4-4	சி
1-10	த
2-4	ம்
2-14	ப
2-15	ர
1-4	ம்
4-4	சி
2-5	வ
5-21	த
1-12	ல
2-4	ம்
1-5	க
1-21	மு
1-22	கு
2-5	வ
1-19	றி
1-5	க
1-21	மு
1-22	கு

5-4	இ
3-19	ல்
1-5	க
2-19	ண்
2-5	வ
1-19	ழி
4-6	பி
6-9	ற
4-2.	க்
1-22	கு
2-4	ம்

சிதம்பரம் சிவதலம் கழுகு வழி

கழுகு இல் கண் வழி பிறக்கும்

"இப்போது சிதம்பரத்தில் உள்ள சிவன் கோயிலுக்கு செல்ல வேண்டும்"

"அப்ப அந்த கோயிலுக்கு போனா உற்பத்தி கூடம் எங்க இருக்குன்னு தெரிஞ்சுடுமா அதோட இதெல்லாம் முடிந்துவிடும் அல்லவா"

"நிச்சயமாக முடியும் என சொல்ல முடியாது உன் அப்பா சாதாரண ஆள் இல்லை இது ஓர் தொடக்கம் மட்டுமே"

திவாகர் டிரைவரை தொடர்பு கொண்டு சிதம்பரம் செல்ல சொன்னான் சதீஷை கைபேசியில் அழைத்தான்

"சொல்லுங்கள் திவாகர் இப்பதான் வசந்த் சொன்னார் உங்க மேல ஒரு தாக்குதல் நடந்தது என்று"

"அது ஒன்னும் பிரச்சனை இல்ல சதீஷ் அங்கு உள்ள நிலவரம் என்ன"

"சி ஐ ஏ உளவாளிகள் என்பது சதவீதம் கதை முடிந்தது எல்லா நாடுகளிலும் இந்தியாவை எதிர்த்து போர் தொடங்க இருக்கிறது,

அந்தந்த நாட்டின் நமது உளவாளிகள் உறுதி செய்து விட்டனர் இன்னும் ஒரு மணி நேரத்தில் போர் தொடங்கி விடும் என நினைக்கிறேன் உற்பத்தி கூடம் பற்றிய தகவல் ஏதும் தெரிந்ததா?"

"உற்பத்திக் கூடம் செல்லும் வழி கிடைத்து விட்டது"

"நல்லது திவாகர் வேறு ஏதும் வேலை என்றால் கூப்பிடுங்கள்"

இணைப்பு துண்டிக்கப்பட்டு தேவியிடம் வந்தான் திவாகர்

"அந்த குறிப்புகள் சொல்வது என்ன"

"சிதம்பரம் சிவ தலம் என்பது சிதம்பரம் சிவன் கோயிலை குறிக்கும்,

கழுகு இல் கண்வழி பிறக்கும் இதற்கு இரு அர்த்தம் உண்டு கழுகு கண் வழியாக பார்க்க வேண்டும்,

இல் என்பது மனைவி எனும் பொருள் உள்ளது கழுகு மனைவி இருவரும் சேர்ந்து பார்க்க வேண்டும் என பொருள் வரும்"

"யார் அந்த கழுகு மற்றும் கழுகின் மனைவி"

"அதை நாம் அங்கு சென்று பார்த்துக் கொள்வோம்"

திவாகர் வெட்கப்பட்டு செல்வதை ரசனையாக பார்த்தாள், மறுநாள் விடிந்தது ஒரு சாதாரண இரு சக்கர வண்டியில் சிதம்பரம் கோயில் நோக்கி சென்றனர்

காதலியை கரம் பிடிக்க ரா வில் இணைந்த திவாகர்

தேவி மற்றும் திவாகர் பட்டு வேட்டி சட்டை தேவி பட்டுப்புடவையில் தேவதையாகவே திவாகருக்கு தெரிந்தாள், இருவரும் அர்ச்சனை சீட்டு வாங்கிக் கொண்டு உள்ளே நுழைந்தனர்,

" இங்கே நாம் எதை தேட வேண்டும்"

"எனக்கு சரியாக தெரியவில்லை உன் அப்பா வெங்கடாசலம் சொன்ன குறிப்பில் கழுகு எனும் சொல் உள்ளது ஆக கழுகு சம்பந்தப்பட்ட ஒன்றை நாம் தேட வேண்டும்"

சாமியின் சன்னதி வந்துவிட்டனர் கோயில் குருக்கள் அர்ச்சனை செய்து முடிக்க

"ஆமாம் குருக்களிடம் என் ராசி நட்சத்திரம் சரியாக சொன்ன எப்படி உனக்கு முன்னாடியே தெரியுமா"

" பத்து வருடங்களுக்கு முன்னாடியே தெரியும்"

" என்ன சொல்ற நம்ம ரெண்டு பேரும் இப்பதானே பழக ஆரம்பிச்சோம் எப்படி"

"நீ 12 ஆம் வகுப்பு டியூஷன் சென்றாய் அல்லவா அந்த டியூஷன் பக்கத்தில் இருக்கும் ஐ ஏ எஸ் பயிற்சி பள்ளியில் தான் நான் படித்து வந்தேன் தினமும் உன்னை பார்த்துக் கொண்டிருப்பேன் அப்போது உன்னை காதலித்தேன் எத்தனையோ முறை உன்னிடம் சொல்லலாம் என நினைப்பேன் ஆனால் செய்ய மாட்டேன்"

"ஐயோ அப்பவே உனக்கு என்ன தெரியுமா அப்ப ஏன் என்னிடம் காதலை சொல்லவில்லை"

"எனக்கு ஐ ஏ எஸ் பயிற்சிகள் படிக்கும் முழு கவனம் வேண்டும் நீ 12 ஆம் வகுப்பு முழுதாக கவனமாக படிக்க வேண்டும் நாம் இருவரும் காதலிக்க தொடங்கினால் கவனமாக படிப்பது சரிவராது என பரிச்சை எழுதியதும் சொல்லலாம் என இருந்தேன்"

"பரிச்சை முடிஞ்சதும் ஏன் சொல்லவில்லை"

"உன்னிடம் சொல்லவும் வந்தேன் யாரோ என்னை பின்தொடர்ந்தார்கள், ஆறு பேர் சுற்றி வைத்த வளைத்தார்கள் நேராக உன் அப்பாவிடம் கொண்டு போய் விட்டார்கள்,

சரியாக சொல்ல வேண்டும் என்றால் உன்னிடம் ஒரு பையன் கைபிடித்து தகராறு செய்தான் அல்லவா"

"ஆமாம் ரொம்ப மோசமான நிகழ்வு ஆனா அந்த ஒரு நாள் தான் அவனைப் பார்த்தேன் அதன் பிறகு அவனை பார்க்கவே இல்லை"

"பார்க்க வாய்ப்பில்லை ஏனென்றால் அன்று இரவே அவன் வீட்டிற்கு சென்று அந்தப் பையனின் கால் இரண்டையும் கைகளையும் உடைத்து விட்டு தான் வந்தேன், அவன் போலீஸ் கமிஷனரின் மகன் நகரமே பதட்டத்தில் தான் இருந்தது, தாக்கியது யார் என்று யாருக்கும் தெரியவில்லை தடயவியல் நிபுணர்கள் எல்லாம் வந்து பார்த்தார்கள் ஒரு பயனும் இல்லை நான்தான் செய்தேன் என யாருக்கும் தெரியவில்லை உன் தந்தையைத் தவிர,

"என் அப்பா எப்படி அங்கே அந்த சமயம் என் அப்பா வேற எங்கேயோ இருப்பதாகத்தான் என் அம்மா சொன்னாங்க"

"உனக்கு பல விஷயங்கள் தெரியாது உன் பாதுகாப்பிற்காக உன் அப்பாவின் கீழ் ஆறு பேர் ரா வில் வேலை செய்தார்கள் அவர்கள் நான் உன்னை தினமும் பார்ப்பதை தெரிந்து கொண்டார்கள்,

அந்தப் பையன் கலாட்டா செய்த பிறகு என்னையும் ஒருவன் ∴போலோ செய்து வந்துள்ளான் நான் செய்த வேலைகளை கண்டுபிடித்து விட்டான்,

உன் அப்பா என்னிடம் பேசும் போது என் திறமையை பாராட்டினார் கமிஷனர் வீட்டில் நான் செய்த தாக்குதல் சிறப்பை பற்றி சொன்னார் அந்த தெருவில் சிசிடிவிகள், நிறைய வீட்டில் நாய்களும் இருந்தது எந்த ஒரு சிசிடிவிளும் என்னை கண்டுபிடிக்க முடியவில்லை, இந்த நாய்களும் நான் வருவதை உணர்ந்து குறைக்கவும் இல்லை எனக்கு உளவாளியாக இருக்கும் திறமை இயல்பாக இருப்பதாக சொன்னார்,

என்னை ரா வில் இணைய சொன்னார் நான் உன்னை காதலிப்பதாகவும் ஐ ஏ எஸ் ஆன பிறகு உன்னை திருமணம் செய்து கொண்டு நிம்மதியான வாழும் வாழ்க்கை போதும் என்றேன்,

உன் அப்பா கேட்கவே இல்லை நீ எப்போது என் பெண்ணை காதலித்தாயோ அப்போது உனக்கு சாதாரணமாக வாழும் வாய்ப்பு போய்விட்டது என்னை சுற்றி எதிரியும் துரோகியும் என் குடும்பத்தை ஒரு காலத்தில் சுற்ற தொடங்கும் நீ பெரிய பதவியில் இருந்தால் பரிச்சயமான நபராக இருப்பாய்,

என்னை போல் ஒரு உளவாளிக்கு தான் என் மகளை நான் திருமணம் செய்து வைப்பேன் அப்போது தான் என் மகளுக்கு அது பாதுகாப்பு என்றார் வேறு வழி இல்லாமல்,

உன்னை கரம் பிடிக்க ரா வில் இணைய ஒத்துக் கொண்டேன் சிவில் சர்வீஸ் பரீட்சையில் இந்தியாவில் மூன்றாவது இடம் பிடித்தேன் என்னை ∴பெயிலானதாக மாற்றினார்கள்,

ரா வில் இணைந்து பத்து வருடங்களுக்கு மேலாக எங்கெங்கேயோ சுத்தி நதி கடலை சேர்வது போல் உன்னை வந்து சேர்ந்தேன் நம் திருமணம் நடப்பதற்குள் உன் அப்பா சாகும் நிலை வந்து ஆகிவிட்டது" என்ற திவாகரை பார்த்த தேவி

"அப்பா என்னிடம் ஒருமுறை சொல்லி இருக்கார் திவாகர் எனும் மாப்பிள்ளை பார்த்து இருக்கிறேன் என்று, இரண்டு மாதத்தில் திருமணம் என்றார் பிறகுதான் நீ கைதானதாக சொல்லி விரக்தியில் இருந்தார்"

"பல போராட்டங்களுக்குப் பிறகு அந்த சிறையில் இருந்து தப்பிவிட்டேன். உனக்கு என்னை திருமணம் செய்து கொள்ள விருப்பமா"

"என் மனதை வென்றெடுத்த வீரா என் அப்பா எனக்கு துணையாக முடிவு செய்த விரா என் அப்பாவின் ஆசை நிறைவேறாமல் போகுமோ என சுனக்கம் இருந்தது அது ஏதும் இப்போது இல்லை,

முழுமையாக மனப்பூர்வமாக சந்தோஷமாகத்தான் இருக்கிறேன் உன்னை பிடித்திருக்கிறது"

என்று தேவி தன் கையில் குங்குமத்தை திவாகர் நெற்றியில் வைத்தால் கையை நீட்டி குங்குமம் வைக்கச் சொன்ன சொன்னாள் தேவி

தேவியின் நெற்றியில் குங்குமத்தை வைத்தான் உச்சந்தலையிலும் வைக்க சொன்னாள் மனைவிகள் மட்டும் உச்சந்தலையில் குங்குமம் விட்டுக் கொள்வார்கள்,

திவாகர்க்கு மனைவியாக சம்மதம் சொன்னாள் தேவி, திவாகர் உச்சந்தலையில் குங்குமத்தை வைத்து விட்டான் இருவர் முகத்திலும் அப்படி ஒரு மகிழ்ச்சி இருந்தது,

தேவியின் மாநிறம் முகம் வெட்கம் மற்றும் சந்தோஷத்தில் மின்னியது அவன் தோளில் சாய்ந்தாள் அப்போது தான் தேவி கவனித்தாள்,

மனித உடலும் கழுகு முகமும் கொண்ட ஓர் சிலை, தேவியின் பார்வையின் திசையை திவாகரும் கவனித்தான் இருவரும் கைகோர்த்தபடி அந்த சிலை அருகே சென்று பார்த்தனர் வணங்கியபடி இருந்த அந்த கழுகு மனித சிலை,

சிறிது நேரம் ஆராய்ந்து பார்த்ததில் சிலையின் கையில் ஓர் துளை இருப்பதைக் கண்டார்கள் அந்தத் துளையிலிருந்து ஒரு காகிதத்தை எடுத்தான் பெருவுடையார் தரிசனம் என்று இருந்தது

"பெருவுடையார் தரிசனம் என்றால் என்ன"

"தேவி அடுத்து நாம் செல்ல வேண்டிய இடம்

கங்கைகொண்ட சோழபுரம் சிவன் கோயில்"

"என்ன இது கோயில் கோயில் கோயிலாக சுத்த வைக்கிறார்"

"தேவி உன் அப்பா என்ன செய்தாலும் கண்டிப்பாக அதற்கு ஒரு காரணம் இருக்கும் பழமையான கோயில் எல்லாம் 800 அல்லது 1000 ஆண்டுகளுக்கு முன்னால் கட்டப்பட்டது மன்னர்கள் அதில் சுரங்கப்பாதைகள் அமைத்து இருப்பார்கள் அப்படியே ஏதாவது ஒரு சுரங்கப்பாதை வழியாக உற்பத்தி கூடும் செல்லும் இடம் இருக்கலாம் என்று நினைக்கிறேன்"

"சரி அப்புறம் சீக்கிரம் போகலாம் கோயிலை விட்டு வெளியே வந்தார்கள் இடது பக்கத்தில் சிகப்பு மகேந்திரா தார் வண்டி இருந்தது இருவரும் ஏறினார்கள்,

வண்டி வேகமாக சென்று சிறிது நேரத்தில் நெடுஞ்சாலையை தொட்டது இது யாருடைய வண்டி என்றாள் தேவி

"நமக்கு இருப்பதில் இதுவும் ஒன்று நாம் கார் மாறிக்கொண்டே இருக்க வேண்டும்"

"எதற்காக இவ்வளவு வேகம் நம்மளை என்ன பத்து கார் துரத்தியா வருகிறது"

என்று நக்கலாக சிரித்தாள் இரு தோட்டாக்கள் தேவி மற்றும் திவாகர் முன்னாடி உள்ள புல்லட் தொலைக்காத கண்ணாடியில் பட்டு தெறித்தது,

ஒருவேளை சாதாரண கண்ணாடியாக இருந்திருந்தால் இருவரின் நெற்றிலும் தோட்டா இறங்கி இருக்கும், எதிர் திசையில் மூன்று கார்கள் ரோட்டை மறைத்தார் போல் வந்து கொண்டிருந்தது

உள்ளே இருந்த ஆட்கள் இவர்களை நோக்கி சுட்ட வண்ணம் வந்து கொண்டிருந்தனர் வந்தனர்,

தேவி தனது எதிர் திசையில் வரும் இடது பக்கம் உள்ள காரின் டயரை சுட்டாள் திவாகர் நடுவின் வந்த காரின் டயரை சுட்டான் அந்த இரு கார்களின் டயரும் வெடித்தன நிலை தடுமாறி இருக்கார்களும் கட்டுப்பாட்டை இழந்து முத்தமிட்ட தருணம்,

திவாகர் தனது காரை வேகமாக அந்த இரு கார்களின் முன்னால் சேர்ந்த பகுதியை மோதினான், மோதிய வேகத்தில் அந்த இரு கார்களும் இறுதிசைகளிலும் உருண்டு விழுந்தது

வேகத்தை கூட்டி சென்று தேவியை முறைப்பாக பார்த்தான்

"என்னைய ஏன் முறைக்கிற நான் ஒரு விளையாட்டுக்காக சொன்னேன் அவர்கள் இப்படி வந்து நிற்பார்கள் என்று எனக்கா தெரியும் இப்படி ஒரு அட்டாக் நடக்கும் என நான் எதிர்பார்க்கவில்லை என சிரித்தாள்"

இவ்வளவு இக்கட்டான சூழ்நிலையிலும் சுருள் முடி தேவதை சிரிப்பது ஆனந்தமாக தான் இருந்தது

"புரிகிறது இன்னும் முடியவில்லை"

தேவி கார் பின்னால் சென்று துரத்தி வரும் கார்களை நோக்கி சுட்டாள் பின்னால் வந்த கார்களின் எண்ணிக்கை கூடியது பின்னால் பத்துக்கும் அதிகமான கார்கள் வந்தன, இரு திசைகளிலும் இவர்களின் காருக்கு சமமாக முன்னேறி வந்தது நோடிக்கு குறைவான நேரத்தில் சுட்டான் திவாகர் ஒரு பக்கம் வந்த கார் நிலை தடுமாறி சுவற்றில் மோதியது பின்னால் வந்த காரும் இடித்து நின்றது மறுபக்கம் இரு காரையும் சுட்டான்

"நம் இருவரால் சமாளிக்க முடியும் என தோனவில்லை உன்னிடம் வேறு ஏதும் திட்டம் உள்ளதா" - தேவி

"கவலை வேண்டியதில்லை எல்லாம் முன்னாள் வருபவன் பார்த்துக் கொள்வான்"

"நேரங்காலம் புரியாமல் இந்த வசனம் தேவையா மேலே இருப்பவன்தான் பார்த்துக் கொள்வான் என்று தானே வரும்"

"அப்படியும் சொல்லலாம் மேலே இருப்பவனும் பார்த்துக்கொள்வான்"

பின்னால் துரத்தி வந்த ஒரு காரை ஓர் ராக்கெட் குண்டு சிதறடித்தது மேலே தூரத்தில் ஒரு ஹெலிகாப்டர் பறந்து கொண்டு இருந்தது அதிலிருந்த வசந்த் கையில் ராக்கெட் லாஞ்சருடன் குறி பார்த்தவன் மற்றொரு காரையும் சிதறடித்தான் ஹெலிகாப்டர் இவர்களைக் கடந்து மீண்டும் திரும்ப சென்றது மற்ற கார்கள் வேகமாக திவாகரின் காரை நெருங்கியது முன்னால் ஒரு நான்கு கார்கள் வருவது தெரிந்தது,

தேவி அதனை காட்டினாள் மகேந்திரா கருப்பு கார்கள்

"வருவது நம் ஆட்கள்"

முன்னால் வந்த காரில் வரும் ஆளைப் பார்த்ததும் அடையாளம் கண்டு கொண்டாள் தேவி

"அது உன்னுடன் கேண்டினில் வேலை செய்யும் பிரதீப் தானே"

"ஆம் இருவரும் ஒன்றாக தான் ரா வில் பணிபுரிகிறோம் உன் பாதுகாப்பிற்காக இங்கு சுற்றிக் கொண்டிருக்கிறோம்"

முதலில் வந்த இரு கார்கள் திவாகரை தாண்டி சென்றது,

பின்னால் வந்த 3 மூன்றாவது கார் திவாகரின் காருக்கு பின்னால் அரை வட்டமடித்து திரும்பி பின் தொடர்ந்தது

நான்காவதாக வந்த கார் திவாகரின் காருக்கு முன்னால் அரை வட்டம் அடித்து திரும்பியது

சில நொடிகளில் திவாகரின் காருக்கு அரணாக முன்னாள் ஒரு காரும் பின்னால் காரும் சீறிப்பாய்ந்தது

இதில் எந்த ஒரு காரின் வேகமும் 100க்கு குறையவில்லை

இதே நேரம் பிரதீப் அரை வட்டமிட்டு காரை திருப்பி தன் காரின் பின்பகுதியால் துரத்தி வந்த காரின் முன்னால் இடித்தான் அந்த கார்நிலை தடுமாறி சுற்றி செவரில் மோதி நொறுங்கியது,

அப்படியே பிரதீப் தன் காரை அப்படியே பின்னால் செலுத்தியபடி இயக்கி அந்த அதிவேகத்திலும் தன்னை கடந்து முன்னால் செல்லும் கார்களின் டிரைவரை சுட்டான்,

இதே போல் மூன்று கார்கள் பிரதிப் கைகளால் தோல்வியை தழுவியது பிரதீப் உடன் வந்த மற்றொரு கார் தன் பகுதிக்கு இரு கார்களை தூம்சம் செய்தது, துரத்தி வந்த எதிரிகளின் நான்கு ஐந்து கார்கள் சீறிப்பாய்ந்து வந்தது,

சில நொடிகளில் ஆட்டம் தலைகீழாக மாறியது எதிரிகள் அனைவரும் மடிய திவாகரின் சிகப்பு காருக்கு அரணாக முன்னால் இருக்கார்களும் பின்னால் இரு கார்களும் அசுர வேகத்தில் சென்று கொண்டிருந்தார்கள்,

"சரியான நேரத்தில் இத்தனை பேர் வருவார்கள் என எதிர்பார்க்கவில்லை"

"உன் அப்பா வெங்கடாசலம் என்னை போல் பல ஆட்களை உருவாக்கியுள்ளார் ஆபத்தான நேரத்தில் சரியாக வருவார்கள்"

கோயிலின் பாதாளத்தில் கண்டுபிடிக்கப்பட்ட ஆராய்ச்சி கூடம்

கங்கைகொண்ட சோழவரம் பெருவுடையார் கோயிலை அடைந்தனர் சிறிது நேரம் தேடுதலுக்குப் பிறகு கழுகு முகம் கொண்ட சிலையை கண்டுபிடித்து அருகே வந்தனர்,

இந்த சிலை சிதம்பரத்தில் உள்ளது போலவே இருக்கிறதே இதில் தான் ஏதாவது நமக்கு தேவையானது கிடைக்கும் அதே சிலை தான் ஒரு கால் மட்டும் திசை திரும்பி உள்ளது,

"சிதம்பரத்தில் உள்ள சிலையின் இரு கால்களும் நேராக இருந்தது அப்படியானால் திரும்பிய திசையை நோக்கி போக வேண்டுமா"

"இருக்கலாம் இல்லையென்றால் சிதம்பரத்தில் இருப்பது போல் கால்களை சரியான அமைப்பில் மாற்றலாம்"

சிலையின் கால் பாதத்தை நேராக இருக்கும் படி தள்ளினான் அந்த சிலைக்கு பின்னால் இருந்த சுவர் அரை அடி கதவு போல் திறந்தது,

இருவரும் உள்ளே சென்றனர் முதல் அடியில் திவாகரின் கால் சிறிது கீழ் இறங்கியது போல் இருந்தது ஏதோ பட்டனை மிதித்தது போல,

மூன்றாவது அடி எடுத்து வைத்த போது அதே போல் ஒரு பட்டனை மிதித்தது போல உணர்ந்தான் இப்போது தேவி திவாகரின் பின்னால் வந்தவள் திவாகர் முதலடி எடுத்து வைத்த அதே இடத்தில் அவளும் கால் வைத்தாள் பட்டனை அழுத்தியத போல தேவியும் உணர்ந்தாள்,

பின்னால் திறந்திருந்த கதவு தானாக சாற்றிக் கொண்டது

"கதவு சாத்தப்பட வேண்டும் என்பதற்கான அமைப்புதான் இது நாம் இருவரும் உள்ளே வந்ததும் சாத்துவது போல அமைத்துள்ளார் வெங்கடாசலம்"

தன்னிடமிருந்த டார்ச் லைட்டை ஆன் செய்து தங்களுக்கு முன்னால் தெரிந்த பாதையில் நடக்கத் தொடங்கினார்கள் கிட்டத்தட்ட 400 அடிகள் கீழே சென்றுள்ளோம் என்பதை தெரிந்து கொண்டான்,

திவாகர் தூரத்தில் சிறிய சிகப்பு விளக்கு விட்டுவிட்டு எரிந்தது அருகே சென்று பார்த்தால் அது பென்டிரைவ் பொருத்தும் ஒரிடம் தன்னிடமிருந்த பென்டிரைவை அதில் பொருத்தினான்,

அடுத்த சில வினாடிகளில் இரண்டு சிறிய கணினி திரை தென்பட்டது அதில் கண்களை ஸ்கேன் செய்து காட்டுமாறு எழுத்து இருந்தது

"யாருடைய கண்களை இதில் ஸ்கேன் செய்ய வேண்டும்"

"தேவி நாம் கண்டுபிடித்துள்ள குறிப்பு நினைவு உள்ளதா கழுகு இல் கண்வழி பிறக்கும்

கழுகு என்பது எனது பட்டப் பெயரைக் குறிக்கும் டெசர்ட் ஈகிள் ஜூனியர் ஆக நான் தான் இங்கு கழுகு,

இல் என்பதற்கு மனைவி என்னும் பொருள் உள்ளது

நான் கழுகு நீ கழுகின் மனைவி நம் இருவரின் கண்கள் தான் இதில் பொருத்த வேண்டும்"

இருவர் கண்களும் சரிபார்க்கப்பட்டு ஓர் கதவு திறந்தது உள்ளே நுழைய அதிர்ச்சி, ஆச்சரியம் கலந்திருந்தது கிட்டத்தட்ட ஆயிரம் சதுர அடியில் ஓர் உற்பத்தி கூட அங்கிருந்து பார்த்ததில் நான்கு பேர் மட்டும் இருந்தார்கள் திவாகர் உற்பத்தி கூடம் கண்டுபிடித்த மகிழ்ச்சியில் இருந்தான்,

அந்த நால்வரும் திவாகர் மற்றும் தேவியை பார்த்தனர் ஆனந்தம் அடைந்தனர் வாருங்கள் டெசர்ட் ஈகிள் ஜூனியர் என கைகுலுக்கினார்கள்,

நீங்கள் தான் மிஸ்ஸ் டெசர்ட் ஈகல் ஜூனியர் வெங்கடாஜலத்தின் ஒரே மகள் பரஸ்பர விசாரிப்புகளுக்கு பிறகு,

"இந்த இடம் சரியாக எங்கு உள்ளது"

"திவாகர் நான் பரத் இந்த உற்பத்தி கூடத்தின் முதல் பொறுப்பில் உள்ளவன் இந்த உற்பத்தி கூடம் சரியாக 500 அடி கீழே உள்ளது மேலே உள்ள நந்தி சிலையின் இடது பக்கத்தில் வரும்"

"இதை எப்படி கண்டுபிடித்தீர்கள்"

"தேவி இந்த கோயிலை கட்டிய போது இதுவும் கட்டப்பட்டு ரகசியமாக இருந்துள்ளது இந்த ரகசிய இடம் இருப்பதாக ஒரு ஓலைச்சுவடி ஆதாரத்தை வைத்து வெங்கடாசலம் இதை கண்டுபிடித்தார் அரசாங்கத்திற்கு தெரியப்படுத்தாமல் இதை மறைத்து விட்டார் கொஞ்சம் கொஞ்சமாக இதை சரி செய்து மனிதர் வாழும்படி வசதிகளை மாற்றிவிட்டார்"

"நீங்கள் எத்தனை நாட்களாக இங்கே இருக்கிறீர்கள்"

"ஆறு மாதங்களாக"

"உணவு தண்ணீர் எப்படி"

"வாருங்கள்"

பாரத் முன்னே நடந்து சென்றார் ஓர் அடுக்கு மேல் தளம் போல் சென்றார்கள் காய்கறிகள் கோழி ஆடு மாடுகள் என இருந்தது

"எப்படி இது சாத்தியம்"

"இந்த இடத்தை கட்டியவர்கள் கட்டிடக்கலையில் மிகச்சிறந்த திறமையாளர்களாக இருக்க வேண்டும் காலையில் சூரியன் உதித்தால் உள்ளே சூரிய ஒளி வரும் மாலையில் சூரிய ஒளி மறையும் போது ஒளி மறைந்து விடும் அதேபோல சுத்தமான காற்றுக்கான எந்த தடையும் இங்கு இல்லை"

"சூரிய ஒளி உள்ளே வருவது எந்த வழியாக"

"அது எங்களுக்கும் தெரியாது அதை ஆராய்ச்சி செய்வதற்கான நேரமும் இல்லை ஆனால் பார்க்கும்போது அனைத்தும் மூடியது போல் இருக்கும் ஒரு இடம் தான் ஆனால் சூரிய ஒளி சரியாக சீராக பரவி உள்ளது"

"தமிழர்களின் கட்டிட கலையை எண்ணி வியப்பாக உள்ளது"

"அந்த ஊசிகள் இப்போது மிகவும் தேவைப்படுகிறது எத்தனை உற்பத்தியில் உள்ளது"

"திவாகர் ஒரு கோடி ஊசிகள் தயார் நிலையில் உள்ளது லாரியிலும் ஏற்றப்பட்டுவிட்டது நீங்கள் கிளம்பினால் சரியாக இருக்கும்"

"லாரியில் ஏத்திட்டீங்களா என்ன சொல்றீங்க 500 அடி கீழே இருக்கிறோம் எப்படி"

"லாரி இங்கே இல்லை இங்கே ஒரு சுரங்கப்பாதை இருக்கிறது அதன் வழியாக சென்றால் ஓர் விவசாய நிலம் அதில் கீழ் தான் அந்த லாரி மறைமுகமாக இருக்கிறது,

அங்கே சென்றால் பாதாளத்திலிருந்து மேல் சமதளத்திற்கு செல்ல வழி இருக்கும், அங்கிருந்து 100 கிலோமீட்டர் தொலைவில் தஞ்சை விமான தளம் இருக்கிறது அங்கிருந்து விமானம் மூலம் அனைவருக்கும் செல்லும்படி செய்யுங்கள்" என்றார் பரத்

"ஏன் டாக்டர் பரத் இந்த ஆராய்ச்சி கூடத்துக்கு வருவதற்கு நீங்க சொன்ன வந்து சுலபமா இருக்கே அது வழியா யாரும் உள்ளே வர முடியாதா"

திவாகர் இது ஒரு வழி பாதை அங்கிருந்து நீங்க வெளியே செல்ல மட்டும் தான் இந்த வழி பயன்படும், நீங்கள் திரும்பி இதே வழியில் வர இயலாது அப்படி செய்தால் இங்கு உள்ள பல பொறிகளை நீங்கள் தூண்டிவிட பல கருவிகள் உங்கள் உயிரை எடுக்கும் வகையில் இங்கு வடிவமைக்கப்பட்டுள்ளது"

"பரத் அப்புறம் எப்படி லாரியில் எல்லா பொருளையும் ஏத்திட்டு நீங்க திரும்பி எப்படி வருவீங்க"

"அதற்கென நாங்கள் ஒரு தனி வழி வைத்திருக்கிறோம் நீங்கள் வெற்றியடைந்து வந்த பிறகு நாம் அதனைப் பற்றி முழுமையாக பேசிக் கொள்ளலாம்"

சரியான தலையசைத்த திவாகர் தன் மொபைலில் சதீஷை அழைத்தான்

திவாகரின் உயிர் தேவியின் கையால் பிரியப் போகிறதா

"எங்கே உள்ளீர்கள் உற்பத்தி கூடம் கண்டுபிடித்து விட்டீர்களா"

"ஆம் கண்டுபிடித்து விட்டோம்"

"எங்கே இருக்கிறது அது தெரிய வேண்டாம் ஒரு கோடி ஊசிகள் தயாராக உள்ளது, இன்னும் இரண்டு மணி நேரத்தில் ஊசியோடு தஞ்சை விமான தளம் வந்து விடுவோம் அதற்கான ஏற்பாடுகளை செய்து விடுங்கள் சரி அங்கு நிலவரம் எப்படி உள்ளது"

"எட்டு திசையிலும் போர் தொடங்கி விட்டது அனைத்தையும் சமாளித்துக் கொண்டிருக்கிறோம் சற்று சிரமம் தான் தமிழக கடல் பகுதியில் தான் பதட்டமான சூழ்நிலையில் உள்ளது, நிறைய எதிரி போர்க்க கப்பல்கள் வந்து கொண்டிருக்கிறது 4 மணி நேரத்தில் வந்து விடுவார்கள், நமது கடற்படை சிறிய அளவில் உள்ளது மேற்கொண்டு நமது படைகள் வருவதற்குள் நம் பக்கம் சேதம் அதிகமாக இருக்கும்,

ஆவடி ராணுவ தடைவாளங்கள் கூடங்குளம் அணுமின் நிலையம் தாக்கப்பட்டால் மிகப்பெரிய சேதாரம் நிகழும் அதற்கு வாய்ப்பு கண்டிப்பாக இருக்கிறது"

"நாங்கள் வந்து விடுவோம் கவலை வேண்டாம் தமிழக கடற்பகுதி தாக்குதல்களை நானும் என் ஆட்களும் பார்த்துக் கொள்வோம்"

இணைப்பு துண்டிக்கப்பட்டது

"நமக்கு நிறைய நேரம் இல்லை நாம் உடனே கிளம்ப வேண்டும்"

"முதலில் நீங்கள் இருவரும் அந்த ஊசியை போட்டுக் கொள்ளுங்கள் திவாகர் மற்றும் தேவி உங்கள் உடைகளை மாற்றிக் கொள்ளுங்கள் அப்படியே உங்களுக்கான ஆயுதங்கள் தயாராக உள்ளது" என்ற பரத்தை நன்றியுடன் பார்த்துவிட்டு

திவாகர் தன் உடைகளை மாற்றிக் கொண்டான் தனக்குத் தேவையான ஆயுதங்களை எடுத்துக் கொண்டான் பின் தான் வைத்திருந்த பிளாட்டினம் டெசர்ட் ஈகிள் துப்பாக்கியை பின்னால் பொருத்திக் கொண்டான்,பிளாட்டினம் துப்பாக்கியால் நடக்கப் போகும் விபரீதம் புரியாமல்,

தேவியும் அவள் உடைகளை மாற்றிக்கொண்டு தனக்குத் தேவையான ஆயுதங்களோடு வந்தாள்

இருவருக்கும் சீரம் ருத்ரா ஊசி போடப்பட்டது அடுத்த ஐந்து நிமிடத்தில் வித்தியாசம் புரிந்தது கண்பார்வை தூரத்தில் இருப்பவை துல்லியமாக இருப்பது தெரிந்தது

"தேவி திவாகர் ஒரு முக்கியமான விஷயம் இந்த ஊசியின் சக்தி இரண்டு நாட்களுக்கு இருக்கும் அதாவது 48 மணி நேரம், அந்த 48 மணி நேரம் முடியும்போது அரை மணி நேரம் சோர்வாக இருக்கும் அப்பொழுது நீங்கள் பாதுகாப்பான இடத்திலிருந்து கொள்ளுங்கள்"

நன்றி பரத் என்றார்கள்

ஊசிகள் இருக்கும் லாரிக்குச் செல்லும் பாதாள சுரங்க வழியை காட்டினான் பரத், தேவி முன்னால் நடந்து சென்றாள் அவள் நடப்பதை பார்க்க அவள் ஓடுவது போல் வேகம் இருந்தது,

திவாகர் நன்றி சொல்லி கிளம்பிய தருணம் ஒரு நிமிஷம் என பரத் நிப்பாட்டினார்

"திவாகர் சீரம் ருத்ரா பல வகையான மிருகங்களை வைத்து தயார் செய்தாலும் ஒரு வகையான ராணி எறும்பும் பயன்படுத்தப்பட்டது, ராணி எறும்பின் குணம் சட்டென கோபம் வரக்கூடிய குணம் உள்ளது இந்த ஊசியை பெண்களுக்கு சோதித்துப் பார்த்ததில் அந்த பெண்ணுக்கு ராணி எறும்பின் கோப குணம் அப்படியே உள்ளது ஆகவே தேவிக்கு கோபம் வராமல் பார்த்துக் கொள்வது நல்லது"

"ஒருவேளை கோபம் வந்தால்"

"ஏற்கனவே ஒரு பெண்ணிற்கு இதை சோதனை செய்து பார்த்தோம் விளைவுகள் மோசமாக இருக்கும்"

"ஏற்கனவே சோதித்த பெண் கோபத்தில் என்ன செய்தார்"

"சீரம் ருத்ரா ஊசி மூலமாக பத்து மடங்கு சக்தி இருக்கும் என்றால் இதுவே ஒரு பெண்ணுக்கு செலுத்தினால் அவள் கோபமடைந்தால் அந்த சக்தி பத்து மடங்காக உயரும், அந்தப் பெண் ஒர் பீரங்கி டேங்கரை அடித்தே நொறுக்கி விட்டாள்"

"என்னது ஒரு பீரங்கி அடித்து நொறுக்கி விட்டாளா" ஏனோ இதுவரை இல்லாத மரணத்தின் பயம் திவாகரின் இதயத்தில் ஒரு ஓரத்தில் சுரூக் என இருந்தது ஏன் இப்படி ஒரு எண்ணம் தோன்றுகிறது என்றும் புரியவில்லை குழப்பத்தில் கிளம்பினான்,

லாரியை அடைந்தார்கள் லாரியை கிளப்பி நெடுஞ்சாலையில் செலுத்தினான், பிரதீப்புக்கு தகவல் சொல்லி லாரியின் முன்னால் நான்கு கார்களும் பின்னால் நான்கு கார்களும் என சீறிப்பாய்ந்து சென்று கொண்டிருந்தனர்,

தஞ்சை விமானதளம் பிரதீப் மற்றும் அவனுடன் இருந்த ஆட்களுக்கு சீரம் ருத்ரா ஊசியை போட்டு விட்டான் திவாகர்,

யார் யார் எங்கே செல்ல வேண்டும் என பிரிக்கப்பட்டது திவாகர், தேவி பிரதீப் மற்றும் தன் குழுவோடு தமிழக கடல் எல்லையில் வரும் எதிரிகளை அழிக்க வேண்டும் என முடிவானது பின்னர் விமானத்தில் ஏறி புறப்பட்டனர்,

ஊசிகளும் தாங்கள் போக வேண்டிய திசையை நோக்கி சதீஷ் அனுப்பிய ஆட்கள் மூலமாக பயணித்தன,

திவாகர் பயணம் செய்த விமானம் இப்போது கடல் மேல் பறந்து கொண்டிருந்தது அனைவரும் பேராதூட்களை மாட்டிக் கொண்டார்கள் தயாராக இருந்தனர்,

15 போர்க்கப்பல்கள் பர்மா, தாய்லாந்து, சீனா, மலேசியா, தேசியக்கொடிகளை தாங்கி பயணித்தன, திவாகர், தேவியை தவிர மற்ற ஆட்கள் அனைவரும் 15 கப்பல்கள் இருக்கும் திசையில் குதித்தனர் அனைவரும் ஒரு ஒரு கப்பலில் இறங்கினார்கள் பிரதீப் ஒர் கப்பலில் தனியாக இறங்கினான்,

போர்க்கப்பலிலிருந்து ஒருவன் பிரதீப்பை நோக்கி சுட தோட்டா வருவது துல்லியமாக தெரிந்தது அதிலிருந்து விலகி தன் வலது கையை முறுக்கி அவன் நெஞ்சில் ஒரு குத்து விட்டான் குத்து வாங்கிய நொடியில் நெஞ்சு எலும்புகள் முறிந்து இதயம் பலமாக தாக்கப்பட்டு இறந்து விட்டான் சடலம் தான் 20 அடி வரை பின்னால் போய் விழுந்தது,

இதை பார்த்த மற்ற வீரர்கள் செயலற்று போய் பிரமிப்பாக பார்த்தனர் பிரதீப் துப்பாக்கியால் சுட தொடங்க கூறி தப்பவே இல்லை,

மடிவதை தவிர வேறு வழி இல்லை என அனைவரும் செத்து விழுந்தனர் மற்ற கப்பல்கள் இருக்கும் திசையை பார்வையிட்டான் ஐந்து கப்பல்கள் தீயில் எரிந்து தீயை அணைக்க கடலில் மூழ்கி தண்ணீரிலே சமாதியாக,

கப்பல்களில் சென்றவர்கள் கப்பலை தங்கள் கைவசம் எடுத்து இந்திய தேசிய கொடியை ஏற்றி இருந்தார்கள்,

அடக்கடவுளே நம்ப தான் பொறுமையாக இருக்கிறோமா வேகமாக செயல்பட வேண்டும் என ஆக்ரோஷமாக சண்டை இடத் தொடங்கினான்,

அடுத்து இருபது நிமிடத்தில் மூன்று கப்பல்களை நாசம் செய்திருந்தான்

இன்னும் இரு கப்பல்கள் இருந்தன பிரதீப் ஒரு ஒரு கப்பலில் இறங்கிய போது அவனிடம் சரணடைந்தார்கள் மற்றொரு கப்பலும் சரணடைந்தது,

ஆறு கப்பல்கள் இந்திய தேசிய கொடியை ஏற்றியபடி தமிழக கடற்கரையில் கடற்பரப்பின் ரோந்து பணியில் ஈடுபட்டனர்,

திவாகர் தேவியும் 5 எதிரி கப்பல்கள் இருக்கும் இடத்தில் குதித்தனர் ஆளுக்கு ஒரு கப்பலில் இறங்கினார்கள் திவாகரை நோக்கி வந்த ஆட்கள் சரமாரியாக சுட்டனர்,

தோட்டாவில் இருந்து இலகுவாக தப்பித்தான் தன் துப்பாக்கியை எடுத்து எதிரில் வந்தவர்களை நோக்கி சுட்டான் பிணங்களாக மடிந்து விழுந்தனர் தேவி அவள் பங்கிற்கு அவள் இருந்த கப்பலை நாசம் செய்து கொண்டிருந்தாள் இவரை விட

தேவியின் வேகம் அதிகமாக இருந்தது கப்பல்களை நாசம் செய்து விட்டு ஐந்தாவது கப்பலில் இறங்கினாள்,

திவாகரும் ஐந்தாவது கப்பலில் இறங்கினான், தேவியும் திவாகரும் பக்கத்தில் நின்று சண்டையிட்டுக் கொண்டிருந்தார்கள்,

இருவர் திவாகரை தாக்க வருகையில் அந்த இருவரையும் தான் இருக்கையால் குத்தினான் இருவரும் பறந்து போய் விழுந்தார்கள் அதில் ஒருவன் சட்டையை பிடித்து இருந்தான்,

அதனால் திவாகரின் சட்டை கிழிந்து விட்டது என தன் சட்டையை கழட்டி போட்டான் தேவிக்கு இரு அடி முன்னால் இருந்தான் திவாகர்,

பின்னால் இடுப்பில் சொருகி இருந்த பிளாட்டினம் துப்பாக்கியை எடுத்தாள் தேவி,

திவாகர் அதனை பார்த்து "இந்த துப்பாக்கி புதையல் மாதிரி பாதுகாப்பாக இருக்க வேண்டும்"

"இந்த பிளாட்டினம் துப்பாக்கியால் தான் என் அப்பா வெங்கடாஜலத்தின் உயிர் பிரிந்தது, இது அப்பாவுடைய துப்பாக்கி உனக்கு எப்படி வந்தது"

"உன் அப்பா சாவதற்கு முன்னால் என்னிடம் கொடுத்தார்"

"அப்படி என்றால் அப்பாவை கொன்றது நீயா" ?

தேவியின் கோபம் எரிமலையாய் சிதறுவது போல் இருந்தது கண்கள் எரிமலை குழம்பின் சிகப்பா இருந்தது

பரத் சொன்ன விஷயம் திவாகருக்கு புரிந்தது தேவி தனது கோபத்தின் உச்சியில் இருக்கிறாள் சீரம் ருத்ரா சக்தியினால் என்ன நடக்கப் போகிறதோ என பதற்றத்தில் இருந்தபோது பின்னால் நான்கு பேர் பிடித்து விட்டார்கள் நகராமல் பிடித்து இருக்க,

"ஆம் நான் தான் உன் அப்பாவை சுட்டேன் ஏனென்றால்"

என வாசகம் முடியும் முன்னாள் தேவி தன் காலை தூக்கி நெஞ்சில் உதைத்தாள் உடனே சுதாரித்துக் கொண்ட திவாகர்,

தன் வலது கையை பிடித்து இருந்தவனை திருப்பித் தன் முன்னால் நிறுத்தவும் தேவி உதைக்கவும் சரியாக இருந்தது அவன் முதுகில் அந்த உதை விழுந்தது.

இதை எதிர்பார்த்த திவாகர், ஆனால் எதிர்பார்க்காதது தேவி உதைத்த வேகத்தில் அவன் நெஞ்சுக்குள் எலும்பு முறிந்து சதை கிழிந்து வெளியே வந்து எலும்பு திவாகர் நெஞ்சில் பதம் பார்த்தது.

அவள் உதைத்த வேகத்தில் திவாகர் மற்றும் அவனை பிடித்து இருந்த ஆட்கள் 30 அடி தூரம் போய் விழுந்தார்கள்.

திவாகர் முதல் வேலையாக ஓடிச் சென்று ஒளிந்து கொண்டான் நெஞ்சில் கிழிந்த காயத்தை பார்த்தால் நல்ல வேலையாக காயம் ஆழமாக இல்லை தேவியின் வேட்டை தொடர்ந்தது திவாகரை தேடினாள்.

எதிர்பட்டவர்கள் செத்து மடிவதை தவிர வேறு வழியில்லாமல் இறந்தனர்

திவாகர் முதல் முறை உயிர் போய்விடுமோ என பயந்திருந்தான் இத்தனை வருடங்களில் எத்தனை இதுபோல நிகழ்வுகள் நடந்திருக்கிறது உயிர் போகும் நிலையும் இருந்துள்ளது ஆனால் பயந்ததில்லை இன்று ஏனோ உயிர் பயத்தில் ஒளிந்து இருப்பது திவாகருக்கு வியப்பாகவே இருந்தது.

காதலின் கையால் இறப்பது சுகம் தான் ஆனால் இது சுகமானதாக இருக்க வாய்ப்பே இல்லை என்று அவனுக்கு தோன்றியது

ஒளிந்திருந்த இடத்தில் அந்த கப்பலின் கேப்டன் வந்து அமர்ந்து கொண்டான் இருவரும் ஒரே நேரத்தில் உதட்டில் விரலை வைத்து அமைதியாக இருக்கவும் என சைகை செய்து கொண்டார்கள்.

"நீங்க இரண்டு பேரும் ஒண்ணா தானே வந்தீங்க"

"ஆமாம்"

"நான் இந்த கப்பல் கேப்டன் நான் ஒளிஞ்சிகிட்டு இருக்கேன் அதில் ஒரு நியாயம் இருக்கிறது நீ எதுக்கு ஒளிஞ்சிகிட்டு இருக்க யார் அந்த பெண்"

"அவள் என் மனைவி கோபமாக இருக்கிறாள் அதுதான் அடிக்கிறாள்"

"கோபம் அதிகம் தான் போல உங்கள் கணவன் மனைவி சண்டைக்கு என் கப்பல் தான் கிடைத்ததா"

அந்த கேப்டன் பேசுவது கோபம் தான் வந்தது தன் கையை மடித்து கேப்டனின் கழுத்தில் குத்தினான்,

தேவி உன் அப்பாவை நான் கொன்றது உன் அப்பாவின் முடிவு

திவாகரை தேவி கண்டுபிடித்துவிட்டாள் அவள் கழுத்தை பிடித்து தூக்கி வீசினாள் வெகு தூரம் சென்று விழுந்தான்,

திவாகர் அருகில் வந்தவள் மாறி மாறி குத்த, தன் கைகளால் தடுத்தால் கண்டிப்பாக எலும்பு உடைந்து விடும் என தெரிந்து தன் கைகளை தடுக்காமல் தன் உடலில் விழுவதற்கு முன் தேவியின் கை திசையை சற்று தள்ளி உடலில் படாதவாறு பார்த்துக் கொண்டான், வெகு நேரம் சமாளிக்க விடு முடியவில்லை தேவி திவாகரின் கழுத்தை பிடித்து விட்டாள்,

திவாகரின் கழுத்தை நெருக்கியது மூச்சு விடத்தினரி அவள் கையை விளக்கப் பார்த்தான், உடும்பு பிடியாக இருந்தது இன்னும் சில நொடிகளில் தன் உயிர் பிரியப் போகிறது என கண்களை மூடினான்

திவாகர் திணறி பேசினான்"

"ஒரு நிமிடம் நான் சொல்வதைக் கேள் உன் அப்பா சொல்லித்தான் நான் அவரை சுட்டேன்"

தேவியின் கழுத்தில் பிடித்த பிடி சிறிது லேசானது

"வெங்கடாசலம் என்னோட குரு சீனியர் அதற்கும் மேலாக என் காதலியின் தந்தை அவரின் உயிரை பலமுறை காப்பாற்றியவன் உன்னை விட எனக்குத்தான் வலி அதிகம் புரிந்து கொள்"

தேவியின் பிடி மேலும் சற்று தளர்ந்தது

"உன் அப்பா வெங்கடாசலத்தை நான் சந்திக்க சென்றேன் பென் டிரைவ் கொடுத்தார் தான் இக்கட்டான சூழ்நிலையில்

இருப்பதாகவும் உன்னை பாதுகாப்பாக பார்த்துக் கொள்ளும்படி சொன்னார்,

நமக்கு ஒரு பெரிய வேலை இருப்பதாகவும் என்ன வேலை என்று கேட்டதற்கு எதுவும் சொல்ல வில்லை, உன் சம்மதத்தோடு திருமணம் செய்து கொண்டு வாழச் சொன்னார் என்ன பிரச்சனை என்று மட்டும் சொல்லவில்லை

"எத்தனை வருடம் உங்களோடு பயணித்துள்ளேன் என் மீது நம்பிக்கை இல்லையா"

"அப்படி இல்லை இந்த ரகசியம் தெரிந்தவர்கள் இருவர்,

ஒருவர் ரமேஷ் முனுசாமி இறந்து விட்டார் அடுத்த ஒருவன் நான்"

"உங்கள் உயிருக்கு ஆபத்தாக இருப்பது தெரிகிறது என்ன நடக்கிறது என்று தெரிந்தால் தான் ஏதாவது செய்ய இயலும்"

"சொல்கிறேன் நீ தெரிந்து கொள்ள வேண்டியது

எனக்கு மயிலின் கீதம் மிகவும் பிடிக்கும்,

என் மகளை பாதுகாக்கும் பொறுப்பு உன்னுடையது நீயும் என் மகளும் சேர்ந்தால்தான் அதை கண்டுபிடிக்க முடியும், விரைவில் உங்கள் திருமணம் நடக்க ஏற்பாடு செய்து கொள்ளுங்கள்,

"நீங்கள் எங்கே இருப்பீர்கள்" திவாகரின் கேள்விக்கு பதில் அளிக்காத வெங்கடாசலம்

"இறுதியாக செய்ய வேண்டியது ஒன்று உள்ளது"

தன்னிடம் இருந்த பிளாட்டினம் துப்பாக்கியை திவாகரிடம் நீட்டினார் வெங்கடாசலம்

"இந்த துப்பாக்கி உனக்குத்தான்"

"இதை எதற்காக என்னிடம் இப்போது தருகிறீர்கள்"

"இந்த பிளாட்டினம் துப்பாக்கியால் என் உயிர் பிரிய வேண்டும்"

"சார் என்ன சொல்றீங்க நான் எப்படி... இப்படி ஒரு தவறான முடிவு எதுக்காக எடுக்குறீங்க"

"நான் என் வேலைகளை செய்து முடித்து விட்டேன் என்னை கொல்ல நிறைய ஆட்கள் முயற்சி செய்து வருகிறார்கள் அவர்கள் கையால் என் உயிர் பிரிவதை நான் விரும்பவில்லை எனக்கு அடுத்த ஒரு சமமான வீரன் என்றால் அது நீ மட்டும் தான் உன் கையால் விலை உயர்ந்த இந்த பிளாட்டினம் தோட்டா பாய்ந்து உயிர் விடுவதை நான் பெருமையாக எண்ணுகிறேன்"

"ஏன் இப்படி சொல்றீங்க பல வெளிநாடுகளில் நாம் பல சாதனைகளை செய்துள்ளோம் ஒருமுறை கூட உங்க உயிருக்கு ஆபத்து வர விட்டதில்லை உங்களுக்காக ஐந்து தோட்டாக்களை என் உடலில் தாங்கியவன்,

100 தோட்டக்கலையும் வாங்க தயாராக உள்ளேன் ஆயிரம் பேர் வரட்டும் நான் உங்கள் தோளோடு நின்று அனைத்து எதிரிகளையும் நாம் அழித்துவிடலாம்"

"தெரியும் நீ அதை செய்யக்கூடியவன் தான் எனக்கு சந்தேகம் இல்லை இப்போது நம்மை நோக்கி வருவது எதிரிகள் இல்லை இந்திய நாட்டில் பிறந்து வளர்ந்து நம் தேசத்திற்கு எதிராக மாறிய துரோகிகள் அவர்கள் எதிர்த்து சண்டை செய்வதில் மிகப்பெரிய விஷயம் இல்லை,

மரணம் பற்றிய கவலை எனக்கு இல்லை ஆனால் துரோகியின் கைகளால் எனது மரணம் நிகழ்வதை நான் விரும்பவில்லை"

"சார் சி ஐ ஏ வின் உளவாளிகள் இந்தியாவில் இருப்பவர்களின் குறிப்புல ஒரு புத்தகம் என்னிடம் வர இருக்கிறது இரு நாட்களில் என்னை வந்து சேர்ந்துவிடும் இதை வைத்து நம் துரோகிகளை வேட்டையாடி விடலாம்"

"அதை வைத்து யார் உண்மையானவர்கள் என தெரிந்து கொள் உனது வேட்டையை நடத்து இன்னும் சில நிமிடங்களில் நீ கிளம்ப வேண்டும்"

"ஏன் இவ்வளவு பிடிவாதமாக இருக்கிறீர்கள்"

"எனக்கு நன்றாக தெரியும் இன்று இல்லை என்றாலும் நாளை என்னை கொல்ல ஆட்கள் வருவார்கள் எப்படியும் என் உயிர் பிரியும் ஆகவே தான் நான் எதிர்பார்த்த கவுரவமான மரணத்தை எனக்கு கொடு,

நீ என்னுடன் இருக்க முடியாது என் மகள் தேவியை கண்டுபிடிக்க முயற்சி நடந்து வருகிறது சீக்கிரத்தில் அது நடந்து விடும் என் மகளை கண்டுபிடித்து விட்டால் அவளை கண்டிப்பாக கொடூரமாக கொள்வார்கள் அதை நடக்காமல் தடுக்க நீ மட்டும் தான் இருக்கிறாய்,என்னுடைய அடையாளம் வெளியே தெரிந்து விட்டது இனி என்னால் உளவாளியாக செயல்படவும் வாய்ப்பில்லை அடையாளம் தெரிந்தால் என் மகளுக்கும் ஆபத்து நெருங்கி வந்து கொண்டிருக்கிறது அதற்காகத்தான் நான் இதை செய்ய சொல்கிறேன் என்று கூறிய வெங்கடாசலம் கண் கலங்கிய திவாகரை பார்த்து,

என்னைப் பற்றிய கவலையை விட்டு உன் காதலியிடம் போய் சேர் அவள் மனதை வென்று திருமணம் செய்து கொள்"

"உங்கள் முடிவை மாற்றிக் கொள்ள முடியாதா நிறைய விஷயங்களை நாம் சேர்த்து செய்திருக்கிறோம் ஜெயித்தும் இருக்கிறோம் இதையும் அதே போல் செய்யலாம்"

"பதினாறு வயதில் உளவாளியாக எனது பயணத்தை தொடங்கினேன் 60 கடந்து போய்க் கொண்டிருக்கிறது 40 வருடங்களுக்கு மேலாக இருந்து சோர்வாக இருக்கிறது நீ புரிந்து கொள்வாய் என நினைக்கிறேன் நீ மட்டும் இல்லாமல் என்னுடைய அடையாளம் வெளிப்பட்டு விட்டால் நான் உயிரோடு இருந்தாலும் மிகப் பெரிய ஆபத்து இருக்கிறது தாய் நாட்டிற்காக உயிர் விடுவது என் பெருமைதான் ஆனால் போகிற உயிர் துரோகிகளால் போகக்கூடாது என்னுடைய விலை உயர்ந்த துப்பாக்கியாலும் எனக்கு சமமான வீரன் உன்னால் போக வேண்டும் எனது ஆசையை நிறைவேற்றி விடு"

தன் துப்பாக்கியை திவாகரிடம் கொடுத்தார்,

துப்பாக்கியை தயார் செய்தான்

"இதற்கு காரணமான யாரையும் நான் சும்மா விட மாட்டேன்"

"ராகேஷ், மனோஜ் அவர்களை கொன்றுவிடு"

"சரி சார் உங்களிடம் பயணித்தது எனக்கு மிகப்பெரிய பெருமை சார் வந்தே மாதரம்"

துப்பாக்கியை வெங்கடாஜலத்தின் நெற்றிக்கு நேராக நீட்டினான் வெங்கடாசலம் மகிழ்ச்சியாக இருந்தார்,

புன்னகையோடு வந்தே மாதரம் என்றார் அடுத்த நொடி வெங்கடாசலம் நெற்றியில் பிளாட்டினம் தோட்டா பாய்ந்தது

திவாகர் ஒரு அடி பின்னால் வந்து அவருக்கு சல்யூட் அடித்து விட்டு கிளம்பினான்,

"உன் அப்பா சொல்வதை செய்வதை தவிர எனக்கு வேறு வழி தெரியவில்லை அவர் விரும்பியது, அவர் ஆணையை செய்வது தான் நான் அவருக்குச் செய்யும் மரியாதையாக நினைக்கிறேன்,

இப்பவும் என்னை கொல்ல வேண்டும் என்றால் பிளாட்டினம் துப்பாக்கியால் என்னை கொன்றுவிடு"

திவாகர் வெற்றிக்கு பிளாட்டினம் துப்பாக்கியால் குறி வைத்தாள்,

தேவியின் கண்களை பார்த்த பின் தன் கண்களை மூடிக்கொண்டான் விழியோரத்தில் கண்ணீர் வெளிப்பட்டது, தேவியின் நினைவுகள் அவள் தந்தையுடன் பேசியதை யோசித்தது,

அதில் வெங்கடாசலம் ஒரு முறை எனது உயிர் போனால் அது அந்த பிளாட்டினம் துப்பாக்கியால் தான் இருக்க வேண்டும் என சொல்லியிருந்தது நினைவில் வந்தது, தன் தந்தை சாவதற்கு முன்னால் இருந்த மனநிலையை யோசித்து, அவருடைய முடிவை தான் திவாகர் நிறைவேற்றி இருக்கிறான் எனப் புரிந்து கொண்டாள் தன் தந்தையின் பேச்சுகளை கேட்டால் மரணத்தை புரிதல் இருந்தது,

அதன் காரணமாக தன் காதல் கணவனை கொல்லும் அளவிற்கு போய் விட்டோம் என வருந்தினாள், தேவியின் கைகள் நடுங்கியது துப்பாக்கியை கீழே விட்டாள் மண்டியிட்டு அழத் தொடங்கினாள் திவாகர் தேவியை தொந்தரவு செய்யவில்லை,

சுற்றிப் பார்த்தான் எதிரிகள் என யாரும் இல்லை அனைவரும் மடிந்து விட்டனர் கப்பல் சிறிது சிறிதாக மூழ்கிக் கொண்டிருந்தது, தேவியின் தலையில் வருடி கொடுத்தான் மன்னித்து விடும்படி அழுதாள் அவளை சமாதானம் செய்து ஆபத்து நேரத்தில் தப்பிச்செல்லும் படகில் இறங்கி தப்பித்தனர்,

ஆளில்லா தீவில் திவாகர் தேவியின் தேன்நிலவு

அந்தப் படகு ஒரு சின்ன தீவில் கரை ஒதுங்கியது யாருமில்லா ஒரு தீவு

திவாகர் சதீஷை தொடர்பு கொண்டான்

"சொல்லுங்க திவாகர் நீங்கள் பண்ணது மிகப் பெரிய சாதனை அழிவில் சென்ற இந்தியாவை காப்பாற்றி மிகப்பெரிய உதவி செய்துள்ளீர்கள்"

"நன்றி சதீஷ் இப்போது உள்ள நிலவரம் என்ன"

"நல்ல விஷயம் தான் எட்டு திசை தாக்குதலும் முறியடிக்கப்பட்டு விட்டது நம்மை எதிர்த்து வந்த அத்தனை நாட்டின் பலமும் பாதியாக குறைந்து விட்டது பாகிஸ்தான் பலமாக தாக்கப்பட்டுள்ளது,

இதில் ஓர் சிறப்பு என்னவென்றால் பாகிஸ்தான் ஆக்கிரமிப்பு காஷ்மீரை ராணுவத்தினர் மீட்டு விட்டனர்,

எதிரி ராணுவத்தின் பல போர்க்கப்பல்கள் நம் கட்டுப்பாட்டில் வந்து விட்டன ஐநாவில் அமெரிக்காவின் மீது புகார் பதிவு செய்யப்பட்டுள்ளது டாலரின் மதிப்பு குறைந்து வருகிறது ரூபாய் மதிப்பு உயர்கிறது,

உள்நாட்டில் எந்த குழப்பமும் இல்லை 500க்கும் மேற்பட்ட உளவாளிகள் கொல்லப்பட்டனர் அவர்கள் சொத்து மதிப்பு மட்டுமே நான்காயிரம் கோடிகள் நம் கைவசம் வந்து விட்டது இன்னும் சில மணி நேரங்கள் தான் அனைத்தும் முடிந்துவிடும்,

சீன ஆக்கிரமிப்பு பகுதிகளை வெல்லும் வேலை சென்று கொண்டிருக்கிறது

நீங்கள் எங்கே இருக்கிறீர்கள் உங்கள் அழைத்து வர ஆட்களை அனுப்புகிறேன்"

"இங்கு ஒரு தீவில் இருக்கிறோம்"

திவாகரை கூப்பிட்ட தேவி

"இந்த தீவ அழகாக இருக்கிறது நாம் இப்போது அங்கு போய் என்ன செய்யப் போகிறோம் ஓர் இரண்டு நாட்கள் இங்கே இருக்கலாமா"

சரி என தலை அசைத்த திவாகர்

"சதீஷ் ஆட்கள் யாரையும் அனுப்ப வேண்டாம் இந்தத் தீவில் ஓர் இரண்டு நாட்கள் இருக்க விரும்புகிறோம்"

"அப்படியே ஆகட்டும் உங்களுக்கு தேவையானதை அனுப்பி வைக்கிறேன்"

இணைப்பு துண்டிக்கப்பட்டது

ஒரு மணி நேரத்தில் ஒரு பெரிய பெட்டி பேராஷூட் மூலமாக இவர்கள் இருக்கும் தீவில் இறங்கியது அந்த பெட்டியை திறந்தார்கள் கூடாரம் அமைக்க, குளிர்சாதன வசதி கொண்ட இரண்டு பெட்டி ஒன்றில் விலை உயர்ந்த ஒயின் வகைகள் இருந்தன,

இன்னொரு பெட்டியில் சிக்கன், மட்டன் எனக்கு கறிவகைகள் இருந்தது, அடுப்பு கறி துண்டுகள் என ஒரு கறி அடுப்பு, கடல் நீரை குடிநீராக மாற்றும் கருவி என சகலமும் இருந்தது மீன் பிடிக்கும் தேவையான கருவியும் இருந்தது திவாகர் கூடாரம் அமைத்தான்,

தேவி மற்றவைகளை தயார் செய்தாள், கண்ணாடி கோப்பையில் ஒயினை ஊற்றி அருகே அமர்ந்து சூரியன் கடலில் மறைவதை ரசித்துக்கொண்டிருந்தனர்

"தீவில் இருக்கலாம் என்று சொன்னேன் இவ்வளவு வசதியாக மாற்றுவாய் என எதிர்பார்க்கவில்லை"

"நமக்கு தேவையானது நம்மை வந்து சேரும் இப்போது எந்த கவலையும் இல்லாமல் நமது தேன் நிலவை நிம்மதியாக சந்தோஷமாக இருக்க வேண்டும்"

"என்னது தேன் நிலவா என்ன உனது பேச்சு வேறு திசை பக்கம் போகிறது"

"இதை விட ஒரு சிறப்பான இடம் கிடைக்குமா யாரும் இல்லாத ஒரு தீவு, இப்படி ஒரு இயற்கை அழகு எங்கும் இருக்காது இப்படி ஒரு அமைதியான இடத்தில் நீயும் நானும் இருக்கும் ஓர் அற்புத தருணம் இனியும் அமையாது"

அது உண்மைதான் இந்த இடம் எனக்கு மிகவும் பிடித்துள்ளது சிறு நேரம் கழித்து கடலில் குளிக்கச் சென்றார்கள் கடலில் நேரம் செல்வதே தெரியாமல் விளையாடிக் கொண்டிருந்தனர்

வெண்ணிலா தீவு முழுவதுமாக பிரகாசித்தது, மீண்டும் வந்து ஒயினை பருகியபடி, நிலவு ஒளி கடலில் பட்டு வைரங்களாய் ஜொலிப்பதை ரசித்தனர்

"உன் கால்கள் ஏன் இப்படி மாறியது"

"நான்கு வருடங்களுக்கு முன்னால் அமெரிக்காவில் ஒரு உளவு வேலையாக சென்று நம் நாட்டு துரோகிகளால் காட்டிக் கொடுக்கப்பட்டு கைது செய்யப்பட்டேன் அங்கு பல கொடுமைகள் நடந்தது,

அதில் ஒன்றுதான் என் இரு கால்களிலும் ஆசிடை ஊற்றி விட்டார்கள் அதில் தான் கால் உரு குலைந்து விட்டது மருத்துவம் செய்வார்கள், அடைத்து விடுவார்கள் நிறைய எலிகள் இருக்கும் தூங்கவிடாமல் என் கால்களை திண்ண பார்க்கும் சில மாதங்களுக்கு முன்னால் அமெரிக்காவில் இருந்து தப்பிவிட்டேன்"

திவாகர் நெஞ்சில் சாய்ந்து கொண்டாள்

"நீ நிறைய துன்பங்களை சந்தித்திருக்கிறாய் இனி நீ சந்தோசமாக தான் இருக்க வேண்டும்"

இருவர் கண்களும் அருகருகே சந்தித்துக்கொண்டன காதலர்களாக உலா வந்தவர்கள் கணவன் மனைவியாக தங்கள் வாழ்க்கையை தொடங்கினார்கள்,

இருவரும் மனதாலும் உடலாலும் ஒருவரில் ஒருவர் தொலைந்து போனார்கள், அந்த வெண்ணிலாவும் இவர்களின் தனிமைக்காக மேகத்தில் உள்ளே ஒளிந்து கொண்டாள்.

சில மாதங்கள் சென்றது திவாகரும் தேவியும் மருத்துவமனையில் இருந்தார்கள் கர்ப்பமாக இருந்தாள்,

இரட்டை குழந்தை இருப்பதாக சொன்னார்கள் ஆனால் வயிற்றில் உள்ள குழந்தைகள் செயல்பாடுகள் வித்தியாசமாக இருப்பதாக டாக்டர் சொன்னார் என்னவென்று புரியாமல் விழித்தார்கள், இறுதியாக டாக்டர் பரத் அனைத்து தகவல்களை பார்த்து தேவியை சோதனை செய்தார், சிறிது நேரத்தில் திவாகர் தேவியின் எதிரே அமர்ந்தார்

"ஏதும் பிரச்சனை இல்லை குழந்தைகள் ஆரோக்கியமாக தான் இருக்கிறார்கள் ஆனால்"

என அமைதியாக இருந்தார்

"என்ன டாக்டர் வயிற்றில் உள்ள குழந்தைகள் நலம் என்று சொல்லிவிட்டு ஏதும் சிக்கல் இருக்கிறதா ஏன் அமைதியாக இருக்கிறீர்கள்"

"சொல்கிறேன் அதற்கு முன்னால் நான் கேட்பதற்கு பதில் சொல்லுங்கள் சீரம் ருத்ரா ஊசி எடுத்துக் கொண்ட இரண்டு நாட்களில் நீங்கள் இருவரும் கணவன் மனைவியாக ஒன்றாக இருந்தீர்களா"

ஒருவரை ஒருவர் பார்த்துக் கொண்டார்கள் தீவில் நடந்த முதல் இரவு ஞாபகத்துக்கு வந்தது

"சார் சீரம் ருத்ரா ஊசி போட்ட எட்டு அல்லது பத்து மணி நேரத்தில் ஓர் தீவை அடைந்தோம் அங்கு இரு நாட்கள் தங்கி இருந்தோம் அங்கு தான் நாங்கள் உடலுறவு வைத்துக்கொண்டோம்"

"நினைத்தேன் நான் கணித்தது சரிதான்"

"புரியவில்லை கொஞ்சம் தெளிவாக சொல்லுங்கள்"

"சீரம் ருத்ரா ஊசி உங்கள் ரத்தத்தில் கலந்து இருக்கும் இரண்டு நாட்கள் அதன் வீரியம் இருக்கும் நீங்கள் இருவரும் அந்த நேரத்தில் தான் கணவன் மனைவியாக உடலால் இணைந்துள்ளீர்கள் அப்போது தான் சீரம் ருத்ரா சக்தி உங்களின் ரத்தத்தில் இருந்து கருவுக்கும் சென்று விட்டது"

"டாக்டர் நீங்கள் சொல்வதை பார்த்தால் வயிற்றில் உள்ள குழந்தைக்கும் இந்த சக்தி இருக்கிறதா"

"சீரம் ருத்ரா சக்தி வீரியமாக உங்கள் உடலில் இருக்கும் போதும் நீங்கள் ஒன்று சேர்ந்து அதில் கரு உண்டாகி விட்டது இப்போது உங்கள் இரட்டை குழந்தைகள் பிறக்கும்போதே சீரம் ருத்ரா சக்தியோடு பிறக்கப் போகிறார்கள் உங்கள் இரட்டை குழந்தைகளில் ஒன்று ஆண் இன்னொன்று பெண் குழந்தை"

சீரம் ருத்ரா சக்தியோடு நமக்கு இரண்டு குழந்தைகள் எப்படி சமாளிக்க போகிறோம் மாறி மாறி பார்த்துக் கொண்டார்கள்

"இது நமக்கு வரமா சாபமா"

முற்றும்

என்றென்றும் நட்புடன் இவன்

உன்னவன்